पूलांच्या भेटी

पुलांच्या स्थळी भेट दिल्यानंतर अनुभवांच्या ज्या भेटी मला मिळाल्या त्या भेटींची वर्णनं ह्या पुस्तकात मांडली आहेत. त्यात पुलांचे वेगवेगळे घटक, पुलासाठी लागणारी जलीय गणिते, संकल्पनासाठी आवश्यक बाबी यांचा समावेश आहे. समजावून सांगण्यासाठी जागोजागी पुलांचे वेगवेगळे घटक, पुलासाठी लागणारी जलीय गणिते, संकल्पनासाठी आवश्यक बाबीना लागणाऱ्या माझ्या अनुभवांतील घटनांची छायाचित्रे टाकण्यात आलेली आहेत. अनुभवात भर टाकणाऱ्या काही घटनांचा संवाद मांडला आहे. प्रत्यक्ष उदाहरणे देऊन पुलाविषयक आवश्यक माहिती देण्याचा प्रयत्न करण्यात आला आहे. निसर्ग आणि मानवी जीवन यांचा पुलाच्या जडणघडणेतील असलेला सहभाग, येणाऱ्या अडचणी व त्या सोडविण्यासाठी आवश्यक तांत्रिक ज्ञान इत्यादी मांडण्याचा प्रयत्न केला आहे.

अनुक्रमणिका

पाऱ्यापाडचा पुल

पाऱ्याचा पाडा हे गाव हिरव्यागार वनराईने नटलेल्या डोंगरांच्या कुशीत, दिंडोरी आणि सुरगाणा तालुक्यांच्या सीमेवर वसलेल सुरगाणा तालुक्यातील हे छोटंसं गाव, ज्यात पहिल्यांदा मी जुलै २०२४ मध्ये पाऊल ठेवलं. त्या वेळेपर्यंत या गावात चार चाकी गाडी पोहोचणं गावकऱ्यांच्या नशिबात आलं नव्हतं. मात्र, त्यांचं सुदैव असं की, जुलै २०२४ च्या अर्थसंकल्पात ४.५ कोटी रुपयांची पुलासाठीची तरतूद मंजूर झाली होती. पावसाळ्यात, पुराच्या परिस्थितीत गर्भवती महिला, खूप आजारी किंवा वृद्ध व्यक्तींना दवाखान्यात पोहोचवायचं असलं, की १.५ ते २ मैलांवर असलेल्या दुमी गावात डोली बांधून नेण्याशिवाय पर्याय नसे. दुमीच्या पुलावरून नदी ओलांडता येई. गावाच्या कित्येक पिढ्या त्या पुलाची आस लावून वाट पाहत होत्या.

आमच्या विभागात मी पुलाचा तज्ञ आहे, अशी अफवा असल्याने मला अनेकदा पुलांच्या स्थळ पाहणीसाठी आणि सर्वेक्षणासाठी बोलावलं जातं, मी हि एक विरंगुळा म्हणून आणि नवीन काही शिकायला मिळेल म्हणून त्यांचा मान ठेवायला जात असतो. या पुलाचंही तसंच झालं. संबंधित अधिकाऱ्यांनी मला, एक तज्ञ म्हणून, या ठिकाणी भेट देण्यासाठी आमंत्रित केलं होतं. त्याआधी, मी सुरगाणा तालुक्यातील भाटी येथे, त्याच अर्थसंकल्पात मंजूर झालेल्या एका पुलाच्या स्थळाची पाहणी केली होती. तो शनिवार होता, शासकीय सुट्टी होती, आणि कार्यालयात गैरहजेरीबाबत कोणतीही वाईट चर्चा होण्याची भीती नव्हती.

Civil Engineering मध्ये इमारती, पूल, रस्ते, धरणं, कालवे अशा गोष्टींचा तांत्रिक अभ्यास केलेल्या अधिकाऱ्यांनी प्रत्यक्ष स्थळावर जाऊन कामाचा दर्जा वाढवण्यासाठी आवश्यक ते बदल शोधणं आवश्यक असतं. मात्र, अधिकारी कायम कार्यालयातच बसावेत, अशी लोकांची अपेक्षा का असते? हे मला कळत नाही. आजच्या आधुनिक जगात ई-मेल सारख्या सुविधांमुळे कार्यालयात न बसता देखील काम करणे सहज शक्य आहे. तसेच, टपाल पद्धत तर पूर्वीपासूनच अस्तित्वात आहे. अधिकारी त्यांच्या कामांशी संबंधित टपालाचा निपटारा वेळोवेळी करत राहतातच, मग सामान्य लोकांना त्रास होण्याचा प्रश्नच नाही.

खरं तर, दर्जेदार सुविधा मिळवण्यासाठी प्रत्यक्ष स्थळाचा अभ्यास खूप महत्त्वाचा असतो. अंदाजपत्रक तयार करताना शक्यतो प्रत्यक्ष स्थळावर जाऊनच ते तयार करावं. त्यानंतर आपल्या तरतुदी पुन्हा तपासून, आवश्यक ते बदल करावेत. आधुनिक तंत्रज्ञानाच्या सहाय्याने, लॅपटॉप, टॅब सारखी उपकरणं वापरून हे काम अधिक सोपं आणि वेगवान करता येतं.

इंजिनियरिंगशी निगडित कामं करताना, मनातली सृजनशीलता आणि कौशल्य पूर्णपणे जागं असलं पाहिजे, आणि त्यासाठी आवश्यक साधनं हाताशी असणं महत्त्वाचं आहे. एका अभियंत्याच्या हातात त्याची उपकरणं नसतील, तर तो इंजिनियर असूनही, त्याचं असणं आणि नसणं सारखंच होऊन जातं. माझ्या मते, जो Civil इंजिनियर पुलाच्या स्थळावर Auto-Level सारखं सहज उपलब्ध होणार साधनही घेऊन जात नाही, त्याचा तिथे जाऊनही

फारसा उपयोग होत नाही, बऱ्याचदा हात हलवतच परत यावं लागतं. सैन्याला जसं हत्यारांशिवाय लढता येत नाही, तसंच अभियंत्याला आकडेमोड करण्यासाठी आवश्यक साधनांशिवाय योग्य रीतीने काम करता येत नाही.

सार्वजनिक बांधकाम उत्तर विभाग, नाशिक येथे कार्यरत असताना, मी अनेक सहकार्यांना पुलाचे सर्वेक्षण, जलिय गणिताची मांडणी, आणि पुलाचा सर्वसाधारण आराखडा तयार करून दिला होता. त्यांच्यासोबत काम करताना एक गोष्ट प्रकर्षाने जाणवली—आजच्या युगात, शासकीय सेवेत कार्यरत असलेले बरेच अभियंते नव्या गोष्टी शिकण्यात रस घेत नाहीत. किंबहुना, काहीजण तेवढे सक्षम वाटत नाहीत. तरीही, काडीला माडी लावून शासनाचा रहाटगाडा चालू राहतो, इतकं मात्र नक्की.

वर्षानुवर्षे पाऱ्याच्या पाड्याला गाडीपासून वंचित ठेवणारी पार नदी, खळखळ करत वाहताना दिसत होती. नव्याने बांधलेला कोल्हापुरी पद्धतीचा बंधारा, तिच्या प्रवाहाला पाच ते सहा भागात विभागत होता. या विभाजनामुळे आणि बंधाऱ्यामुळे पाण्याची पातळी वाढली होती, ज्यात बंधाऱ्याच्या बांधकामाच्या वेळी पाया खणताना बाहेर पडलेल्या खडकांच्या तुकड्यांनी भर घातली होती. बंधाऱ्याच्या खालील बाजूस मात्र डोंगरदऱ्यांतून येणाऱ्या जलद प्रवाहाने खडक उघडा पाडलेला होता. खडकांवरही काही ठिकाणी नदीच्या प्रवाहात लव्हाळीची गवत तग धरून उभी होती. बंधाऱ्याच्या खालील बाजूस दोन्ही काठ उंच होते, आणि तिथून लगेच गावात प्रवेश करता येत होता, मात्र एक शेतकऱ्याचं शेत आडवं येत होतं.

मी पुलाच्या अलाइनमेंटसाठी हातवारे करत असताना, त्या शेतकऱ्यांनी हे लक्षात घेतलं. त्यांनी नदी पार करून माझ्या दिशेने येण्यास सुरुवात केली. माझ्याजवळ पोहोचल्यावर त्यांनी पुलाची जागा बदलून, पोट खराबा असलेल्या त्याच्याच खडकाळ जमिनीतून, परंतु बंधाऱ्याच्या वरील बाजूस पुलाची जागा सरकवण्याची विनंती केली.

एक तांत्रिक शासकीय अधिकारी म्हणून, "Path of Least Resistance" या तत्त्वाचा अवलंब करत, द्रवाच्या प्रवाहात अडथळा न येण्यासाठी, द्रवाच्याच गुणधर्माचा वापर करून त्याने सुचवलेल स्थान योग्य म्हणून गृहीत धरलं. उंच काठ आणि पात्रातील खडक पाहता, नदीने या ठिकाणी कोणतेही महत्त्वपूर्ण बदल केलेले नाहीत हे स्पष्ट होतं. दोन्ही काठावर गतवर्षीच्या पुराच्या निशाण्या दिसत होत्या, ज्यामुळे O.F.L. (Observed Flood Level) आणि H.F.L. (Highest Flood Level) ची स्पष्ट कल्पना येत होती. माझ्या ४.५

वर्षांच्या अनुभवातून मिळालेल्या गणितांच्या आधारावर, हाच काटछेद Defined Cross Section म्हणून निवडण्याचं मी ठरवलं.

पुलाची अलाइनमेंट आणि नदीचा काटछेद हि दोन्हीही बऱ्याचदा वेगळी असू शकतात, स्क्यू पुलांच्या बाबतीत तर १००%. याचा प्लॅन आणि एलिवेशन एकत्र का द्यावा व त्याचे पुलाची लांबी ठरवण्यात किती महत्त्व आहे हे मी महाराष्ट्र अभियांत्रिक अभियांत्रिकी प्रशिक्षण प्रबोधिनी येथे व्याख्यान देताना फळ्यावर बऱ्याचदा समजावून सांगितलं आहे परंतू प्रशिक्षणार्थींच्या चेहऱ्याच्या हावभावावरून त्यांना ती संकल्पना अथवा त्याच महत्व कितपत समजलं आहे हे मात्र आजवर मला न उलघडलेलं कोडं आहे. प्रत्यक्ष ह्या गोष्टी स्वतः करून पाहिल्याशिवाय, झालेल्या चुका लक्षात आल्याशिवाय अश्या गोष्टी समजणं फार कठीण. त्या प्रत्यक्ष अनुभवातूनच शिकायला मिळतात, मलाही त्या पुलांच्या भेटूनच अवगत झाल्या. एका पुलाच्या भेटीवेळी, एखाद्या पुलाला सहा अंत्यपाद व पाच मध्यपाद कसे असू शकतात ह्या प्रश्नावरून मला त्या गोष्टी उलघडल्या.

सर्व्हे करताना मी शक्यतो जमिनीवरील अंतरे मोजण्यासाठी टेपचा वापर करीत नाही, लेवल घेतलेल्या प्रत्येक ठिकाणांमधील अंतर काढणं, रस्त्याची व पुलाची alignment AutoCad या सॉफ्टवेअर वर काढणं हे मी एका साध्या ऑटो लेव्हलने जागेवर टेपचा वापर न करता करी, हे माझ्या सहकार्यांना काहीच जादूसं वाटायचं पण जसं प्रत्येक जादूत काहींना काही युक्ती असतात तसेच यातली युक्ती म्हणजे Co-Ordinate Geometry आणि माझी शक्य असलेल्या सर्व रीडिंग घेण्याची पद्धत. वीर माता जिजाबाई टेकनॉलॉजीकल इन्स्टिट्यूट मध्ये अभियांत्रिकीचे शिक्षण घेताना सर्व्हे विषयाची केलेली प्रात्यक्षिके यात खूप कामाला आली.

सर्व्हे विषय शिकवायला श्री. म्हस्के सर होते, स्वभावाने कडक अन आवाजही तितकाच कडक, प्रात्यक्षिकांदरम्यान त्यांचं बारीक लक्ष असे तेही लपूनछपून, कधी इमारतीच्या छतावरून त कधी एखाद्या वर्गाच्या खिडकीतून, पण आम्हा पोरांच्या तीक्ष्ण नजरेतून पण मात्र ते सुटत नसत. बरीचशी पोरं सिनिअरचं छापत पण आमच्या गटाला मात्र तशी परवानगी नव्हती. आमचे पहिल्या वर्षाचे ॲडमिशनचे क्रमांक शेवटच्या वर्षापर्यंत तेच राहीले, याच क्रमांकांनी आमचे पाच-पाच जणांचे गट प्रात्यक्षिकासाठी पाडले होते. आमच्या गटात कुणाल चोपडा नावाचा गुजराती मुलगा होता, दुसऱ्याच पाहून लिहणं त्याला मुळीच आवडत नव्हतं त्यामुळं सिनिअरचच काय आम्हाला इतर गटांचही छापता येईना, इतरांकडून समजून घेण्याची मात्र पूर्ण मुभा होती. त्याच्या ह्या धोरणामुळं प्रात्यक्षिकं व त्यासंबंधीची गणितके स्वतः करायची सवय लागली. प्रात्यक्षिके स्वतः केलेली असल्याने आजही किंबहुना त्यापेक्षा अधिक चांगल्या पद्धतीने क्षेत्रीय स्तरावर करता येतात. आजही मी अभियांत्रिकीच्या विद्यार्थ्यांना हाच सल्ला देईन—चुकले तरी चालेल, पण

प्रात्यक्षिकं प्रत्येकाने स्वतः करावीत. जर्नल न छापता, स्वतःचं रीडिंग लिहावं, आणि स्वतःचं कॅल्क्युलेशन करावं. त्यामुळेच तुमचं ज्ञान सखोल होईल, आणि भविष्यात याचा नक्कीच फायदा होईल.

नदीला काटकोनात छेदणारी रेषा काढण्यात आली एक माणूस नदीच्या या टोकाला तर दुसरा त्या टोकाला उभा करण्यात आला. लाईन दोरी असली तर त्या दोघांचीही गरज भासली नसती ते दोघे असूनही त्यांना वारंवार तिसऱ्या माणसाला त्यांच्या रेषेत आणण्यासाठी वारंवार पुढे-मागे सरकवून कसरत करावी लागत होती. एका दोरीमुळे हे टाळणं किती सोपं आहे यामुळे दोरीचे महत्व मनात प्रकर्षाने जाणवत होतं. मनात दोरीने घातलेला विळखा नकळत जिभेला नागिन डान्स करायला लावत होता. जिभेच्या त्या नागिन डांस ला साद घालून दोन जण बाईकवर बसून दोरी आणायला कधी निघून गेले ते कळलं सुद्धा नाही, ते येईपर्यंत नदीच्या खालील बाजूकडील काटछेदचा सर्वे संपला होता. दोरी आता पोचली होती कोल्हापुरी च्या वरच्या भागात जातात नदीच्या उजव्या काठावर डौलाने डोलत असलेलं भाताचं रोप दिसलं अरेच्या उजव्या काठावरचा पोट खराबा वापरायचा झाला तर डाव्या काठावर चिन्ह देखील जमीन पुलाच्या बांधकामास बळी पडते माझे आज पर्यंतच्या पुलाच्या सर्वसाधारण आराखडा बनविण्याच्या अनुभवाने दोन्ही काठावरील सुपीक जमीन वाचविणे शक्य वाटले त्यानुसार मी पूल आता नॉर्मल ऐवजी स्क्यू बाधण्याबाबत ठरवलं, स्क्यू प्रकारच्या पुलात $\cos\theta$ हा ट्रिग्नोमेट्री चा भाग घुसल्याने व मुळातच क्षेत्रीय स्थळावर काटकोनाव्यतिरिक्त इतर कोणतेही कोन प्रत्यक्ष स्थळावर रेखाटणे व पुलाची उभारणी करणे कठीण असल्यानं त्यांचा नन्नाचा पाढा सुरू झाला. शेतकरी काम करू देणार नाहीत या सबबीवर व प्रत्यक्ष काम करत असताना येणाऱ्या तांत्रिक अडचणींना

सोडविण्याविषयी मदत करण्याचं आश्वासन दिल्यानंतर स्क्यू प्रकारच्या पुलाला क्षेत्रीय अधिकाऱ्यांनी होकार दिला.

ऑटो लेव्हल वरून Upper Stadia, Lower Stadia, W.C.B. (Horizontal angle Rotation Ring), B.S., I.S., F.S. या सर्व रीडिंग मिळतात.

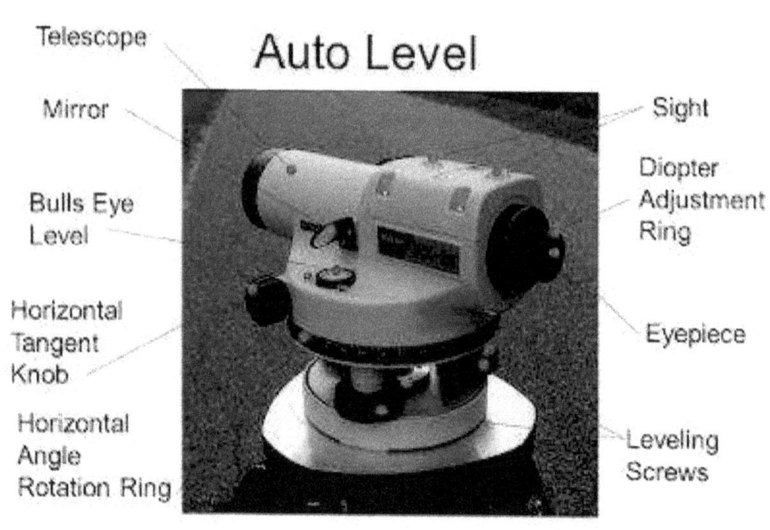

अप्पर स्टेडीया वजा लोवर स्टेड या गुणिले मग्निफाईन फॅक्टर ने गुणलं की त्यातलं अंतर मिळतं या सूत्राचा वापर करून स्टेशन पॉईंट व रीडिंग घेतलेल्या ठिकाणांमधील अंतर काढता येतं व W.C.B. चा वापर करून आपण आपल्या रेफरन्स फ्रेमची कॉर्डिनेट सिस्टम तयार करून त्यात प्रत्येक बिंदूचे (X, Y) Co-ordinates मिळतात, या बिंदूंची जोडणी करून आपल्याला अलाइनमेंट ड्रॉ करूकरता येते.

इतक्याच पुस्तकी ज्ञानाची आठवण करावी लागली आणि बाकी डोळे आणि हातापायांचा खेळ.

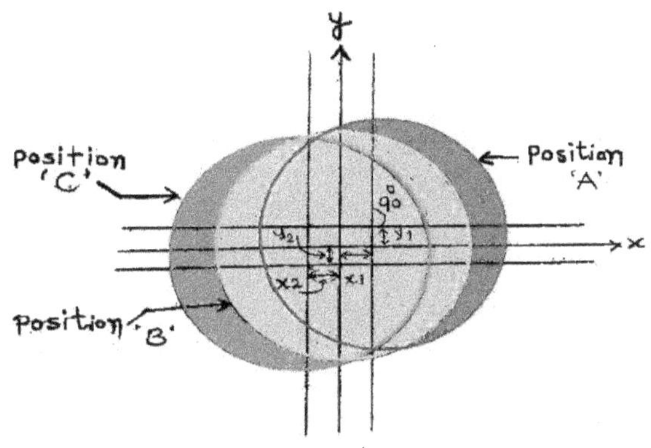

मी मुद्दाम ऑटो लेव्हल नदीला लंब असलेली लाईन पूलासाठी बांधलेल्या लाईन दोरीला ज्या ठिकाणी छेदते त्या ठिकाणी स्थापित केलं त्यामागचा उद्देश असा की बिना AutoCad या सॉफ्टवेअरचा वापर करता जागच्या जागी मला स्क्यू अँगल काढणं शक्य होतं. नदीच्या प्रवाहाच्या लंब दिशेत मी Autolevel चा 0 डिग्री कोन सेट केला त्यानंतर पुलाच्या रेषेत Autolevel फिरवली. आणि लगेचच स्क्यू अँगल 21.5 डिग्री असल्याचं मी सांगितलं व नोंदवहीत टिपूनही ठेवलं. नदीच्या उजव्या बाजूकडील रस्ता दुसऱ्या गावाशी जोडावयाचा असल्यानं तसचं सदर रस्ता नदीच्या उजव्या व डाव्या अश्या दोन्ही काठांना समांतर जात असल्याने हा स्क्यू कोन जितका जास्त तितकं मोठ्या वाहनांना अधिक सुलभतेनं वळण घेणं सोपं होणार होतं. वरिष्ठ पातळीवर पुलाच्या जलद मान्यतेसाठी मी सदर कोण 30 डिग्रीच्या आत ठेवावा अशी माहिती दिली.२८ डिग्री कोनाद्वारे प्राप्त अलाइनमेंट मला फार योग्य वाटते असं माझं वैयक्तिक मतही मांडलं, परंतु सर्वानुमते २१.५ कोनाच्या अलाइनमेंटचीच निवड करण्यात आल्यानं त्याच

अलाइनमेंटवर सर्व्हे सुरू करावा लागला, न्हाहीतर २८ डिग्री कोनाद्वारे प्राप्त अलाइनमेंटवर सर्व्हे करून पुन्हा २१.५ डिग्री कोनाद्वारे प्राप्त अलाइनमेंटवर सर्व्हे करणं म्हणजे डबल हमाली झाली असती, लोकशाही असलेल्या देशात जनमताचा कौल स्वीकारावा लागतो हे मात्र तितकचं खरं, त्यामुळं मी फारशी हुज्जत न घालता २१.५ डिग्री कोनाद्वारे प्राप्त अलाइनमेंटवर सर्व्हे करणं सुरु केलं. Defined cross Section सर्व्हेच्या वेळी कोल्हापुरीचा weir चा वरील पृष्ठभाग हा TBM धरण्यात आला होता त्यामुळं आताही तोच TBM घेणं शक्य असल्याचे पुन्हा तोच TBM धरण्यात आला, पण स्टाफ पकडणारा माणूस मात्र वेगळा होता कोल्हापुरीच्या खालील बाजूस खडक सहज दिसत होता, पाणी पातळी गुडघ्याच्या कितीतरी खालीच होती परंतु कोल्हापुरीच्या वरील बाजूस मात्र नदीचा तळ स्पष्ट दिसत नव्हता, पडणाऱ्या पावसानं प्रवाहासोबत बराचसा मातीचा गाळ आणला होता त्यानं ते पाणी दुधाच्या चहासारखं दिसत होतं.

डाव्या नदीकिनारीवरील करंजांचं झाड हे पुलाचा मध्य धरण्यात आला, दुर्दैवानं भविष्यात ते तुटणार होतं पण जागेअभावी पर्याय नसल्यानं ते करावं लागणार होतं, त्यामुळं लाईन दोरी डाव्या काठाला कारंजाच्या झाडाला बांधण्यात आली, उजव्याकाठावर पात्र उंच नव्हतं झाडंही नव्हती आणि रस्ता पूल संपल्यावर नदीला समांतर दिशेने वळणार होता. मात्र १ जड दगड ठेऊन व त्याला ती दोरी बांधून उजव्या काठावरील प्रश्नावर मात करण्यात आली. नदीच्या दोन्ही काठांना पुलाच्या दिशेने लाईन दोरी आता बांधून तयार होती.

नदीच्या डाव्या बाजूकडील समांतर रस्त्यापासून सर्व्हेला सुरुवात झाली, लाइन दोरीच्या दिशेनेच स्टाफ धरत धरत माणूस पुढे येत होता, मी सर्व रीडिंग्स बिनचूकपणे टिपण्याचा प्रयत्न करत होतो. मोजमापातील अनिश्चितता लक्षात घेता आपले मोजमाप अचूक आहे हे म्हणणं नेहमी चुकीचं. नदीच्या मध्यापर्यंत येताच स्टाफ पकडणाऱ्या माणसाच्या गळ्यापर्यंत पाणी आलं होतं, तो अचानक ओरडला "मला पोहता येत नाही" हे एकताच अचानक आम्हाला धडकी भरली, लागलीच आम्हाला सर्व्हेसाठी मदतीला आलेल्या पांढराशुभ्र शर्ट व पॅन्ट

घातलेल्या राजकीय कार्यकर्त्याने त्याला दोरीला नीट धरून ठेव मी आलो असं सांगत कपडे काढून लगेच नदीत सुर मारली त्याच्याजवळ पोहोचताच त्याच्या हातातून स्टाफ घेऊन त्याला नदी बाहेर पाठवलं. पुढच्या सर्व readings साठी त्यानेच स्टाफ धरला. प्रस्तावित पुलाच्या ठिकाणचा सर्व्हे आता पूर्ण झाला होता, निघता निघता आपला बेडग्रेडियंट काढायचा राहिलाय हे सांगून आम्ही दुसऱ्या इसमाला कोल्हापूरीच्या खालच्या concrete कट्यावर reading घेण्यासाठी पाठवलं, तसचं चालत पुढे यायला सांगून पाणीपातळी जिथं नदीकाठाला जिथे स्पर्श करते त्या ठिकाणी ठेवत ठेवत नदीच्या वरील भागात जायला सांगितलं. नदीपात्रात जर खडकावर किंवा वाळूत ठेवायला लावलं असतं तर उत्तर उलटीकडे असल्याचं दिसलं असतं म्हणून ते मुद्दामहून टाळलं.

सर्व रीडिंग घेण्याचं काम संपवलं आणि सर्व उपकरणं गुंडाळून परतीचा प्रवास सुरू झाला. बेड ग्रेडियंट हा बॅड ग्रेडियंट का असतो याचं स्पष्टीकरण मी का सुरू केलं हेच मला कळालं नाही पण माझ्यासोबत चे माझे अभियंता सहकारी कान देऊन ऐकत आहेत हे कळाल्यावर मी मोठ्या आत्मविश्वासाने माझी बडबड सुरू ठेवली. मॅनिंगच्या सूत्रातला "S" हा बेडग्रेडियंट माझ्या हिशोबाने तो कित्येक पूरपातळीला वेगवेगळा येऊ शकतो. त्यावर नदीतले डोह खाचखळगे तसेच धबधबे याचा फार मोठ्या प्रमाणात फरक पडतो. उच्चतम पूर पातळी जर नदीच्या या सर्व घटकांच्या वरून वाहत असली तरच एक उतरती सरळ रेषा येणे शक्य होते परंतु सह्याद्रीच्या कडे कपारीत वाहणारा नद्यांच्या बाबतीत ते शक्य झालेलं आजपर्यंतच्या माझ्या अनुभवात तर नाही.

पाण्याचे स्वतःचे गुणधर्म स्वभोवतालच्या भौगोलिक परिस्थितीमुळे उद्भवणाऱ्या गुंतागुंतीला अधिक क्लिष्ट करतात, Conjugate Velocity हा त्याच गुंतागुंतीचा भाग. देहरे येथील पुलाच्या सर्व्हेसाठी आम्ही गेलो होतो, देहरे हे दिंडोरी तालुक्यातील पेठ तालुक्याच्या हद्दीलगत असलेलं एक छोटसं गावं.

गावाच्या जवळूनच पार नदीची उपनदी वाहते. त्या नदीवर रस्त्यासाठी पाईप मोरी बांधलेली आहे, पाईप मोरीच्या दोन्ही बाजूस

नदीवर कोल्हापुरी प्रकारचे बंधारे आहेत. वरील बाजूस उपळीपाड्याकडून येणाऱ्या प्रवाहाचं पाणी वेगात मोरीच्या पाईपात शिरतं व वेगात पाणी बाहेर पडतं, देहरे गावाकडून सावरपातळी गावाला जाणारा प्रवाह रस्त्याला समांतर वाहतो.

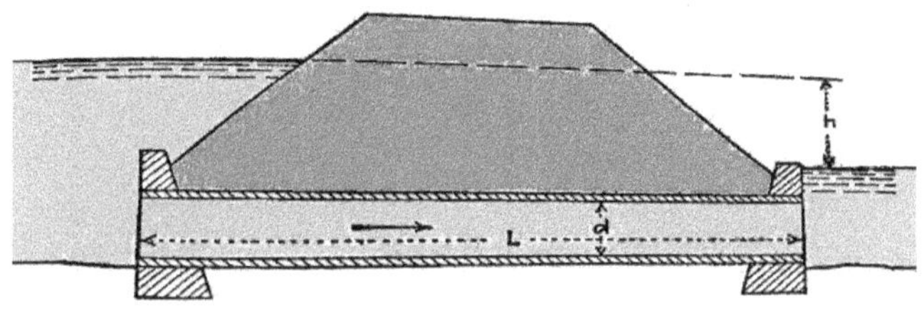

हे दोन्ही प्रवाह एकमेकांना मोरीच्या खालील बाजूस बेंचकीचा आकारात मिळून पुढे एक प्रवाह म्हणून वाहत होता. त्याच्या संगमावर प्रवाहाचा वेग बऱ्यापैकी आहे पण खालील बाजूस असलेल्या कोल्हापुरीमुळे वेग मंदावला होता. मी खालील बाजूकडील कोल्हापूरीच्या पृष्ठभागाची पातळी काढली त्यानंतर अस्तित्वात असलेल्या मोरीच्या पृष्ठभागाची देखील काढली, अरेच्या देन्हीही सारख्याच, दोन्ही structures मध्ये ७०-८० मी. अंतर होतं, एकीकडे मोरीच्या पाईपातून पाणी वाहत होतं, मोरीच्या पृष्ठभागापासून सुमारे १० से.मी. खाली तर दुसरीकडे कोल्हापुरीवरून सुमारे ७ - ८ से.मी. वरून पाणी वाहत होतं. खरं पाहता पाणी पातळी एकच यायला हवी होती पण त्यात सुमारे १७- १८ से.मी. इतका फरक पडला होता, हाच तो Conjugate Depth आणि Conjugate Velocity चा फरक.

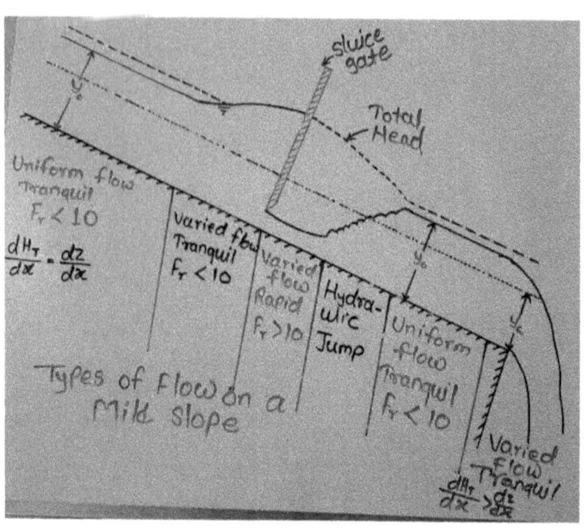

Defined Cross Section आणि Bridge Location Section असे दोन काटछेद घेतल्यास वरील पाण्याच्या गुणधर्मानुसार पडलेल्या फरकाने Bed Gradient नुसार RTL कमी अथवा जास्त करणं ही पूर्वपार पद्धत माझ्या मनाला मात्र कधी पटली नाही. असो थोडाफार का होईना Bed Gradient हा Energy Surface Line सारखा आहे असे गृहीत धरून गणितंके करणे थोडाफार सोपं होतं. माझ्या गप्पांना अचानक निसर्गात दिसणाऱ्या निसर्गरम्य वातावरणाने अचानक थंडावा द्यायला सुरुवात केली मी थोडा वेळ शांत झालो फक्त डोळे मात्र शांत नव्हते. मला माझ्या राहत्या घरी घरपोच करण्यात आलं थोड्या वेळ आराम करून लगेचच घेतलेल्या रीडिंग्स Google Sheet वर भरायला सुरुवात केली. सर्व लेवल्स मिळाल्या मी तेथील रहिवाशांना विचारलेली पूर पातळी आणि जलीय गणितके करून काढलेली पूरपातळी या दोघांची तुलना केली जवळपास दोन्ही सारख्या आढळल्या मनाला समाधान मिळालं. स्थानिक रहिवाश्यांनी सांगितलेली

पूर पातळीचा बरोबर आहे कि नाही याचा अंदाज नदीने पूरपरिस्थितीत सोडलेल्या अनेक चिन्हांनी सहज कळून येतो.

चिन्ह

उन्हाळ्याच्या सुट्टीत मामाच्या गावाचा फार खडतर वाटे. कल्याणला नाक्यावर विठ्ठलवाडी एस.टी. स्थानकावरून सुरू झालेली पेठच्या गावाकडे जाणारी एस.टी. आम्हाला पेठ ला सोडी व नंतरची एस.टी. खडकी गावाजवळ संध्याकाळी सोडत असे. पुढचा प्रवास मात्र पायी, नदी-नाले ओलांडत, खडतर दरडीतून होई. दरडीला लागण्याआधी आम्ही नदीच्या किनाऱ्यावर थांबत असू. तिथे, उंबराच्या झाडाखाली बसून आईने आणलेली शिदोरी खात असू. एका दिवशी, खाताखाता माझं लक्ष अचानक नदीकिनारी असलेल्या एका शंकाकार खड्ड्यावर गेलं. मग सभोवताल नीट पाहिलं, तर असेच बरेच खड्डे दिसले. मला राहवलं नाही आणि मी आईला विचारलं,

"हे खड्डे कसले गं?"

आईने हसून सांगितलं,

"हे एका किड्याचं घर आहे. तो मुंग्यांसारखा लहान किड्यांना खातो. लहान किडे या खड्ड्यात पडले की बाहेर येऊ शकत नाहीत. ते वाळूचे कण ढासळत असल्याने खड्यात अधिकच खचत जातात, आणि खड्ड्याच्या तळाशी लपलेला किडा त्यांना धरून खाऊन घेतो".

मोठं झाल्यावर, Soil Mechanics शिकत असताना समजलं की वाळूला ओली असतानाचं Apparent cohesion सोडलं तर कोरड्या स्थितीत Cohesion नसतं. पण आजही, नदीकिनारी असे शंकाकार खड्डे दिसले की, लहानपणीची ती आठवण जिवंत होते. मात्र, या वाळूचा उगम शोधण्याची उत्सुकता कायम होती. एकदा दमण

नदीचा पूर ओसरल्यावर हे उघड झालं—नदीच्या पुरात वाहून आलेला तो गाळ होता, त्यातलीच हि वाळू.नदी आपल्या वाटेवरून जाताना अशी लहानसहान पुराची चिन्ह मागं सोडते, ती शोधून पाहिली की स्थानिक लोकांनी सांगितलेल्या पूरपातळीचा अचूक अंदाज घेता येतो.

ही चिन्ह नदीच्या लांबीत तिच्या भागानुसार सतत बदलत राहतात. दरवर्षी, जेव्हा नदीचा प्रवाह वाढतो, तेव्हा ती आपल्या काठांवर गाळ, माती, आणि खनिज पदार्थ साठवते. हे साठलेले पदार्थ एका उर्वरित भूभागाचं रूप घेतात, ज्याला खदर म्हणतात. खदर म्हणजे नदीच्या पाण्याने तिच्या काठांवर दिलेली एक अनमोल भेट. ही जमीन सतत बदलत असते, जशी नदी बदलत जाते. खनिजांनी समृद्ध, हळूवारपणे तयार झालेली ही जमीन शेतीसाठी वरदान असते. तिच्या पोटात लपलेल्या संपत्तीमुळे शेतकरी या जमिनीला आपल्या सोयरीक मानतात. पुढे प्रवास करताना, नदीचा वेग हळूहळू कमी होतो आणि नदी पर्वतांच्या उंच भागांमध्ये पोहोचते. इथेच तयार होतो भाबर – एक खडतर आणि उंच भूभाग. भाबरच्या जमिनीत पाणी लपतं, जमिनीच्या आत शिरतं, जणू एखाद्या रहस्यमय गोष्टीसारखं. या भागात शेतीची शक्यता कमी असते, पण जंगलं मात्र विपुल असतात. जिथे भाबर संपतो, तिथे सुरू होतो तराई – एक दलदलीचा प्रदेश, जिथे पाण्याचं अस्तित्व जाणवतं. तराई म्हणजे नदीच्या प्रवासाचा शांत, पण सखोल टप्पा. इथे पाण्याचा साठा मोठ्या प्रमाणात असतो, आणि ही जमीन निसर्गाच्या अदृश्य शक्तींचं प्रतिबिंब बनते. पाण्याचं नंदनवन असलेल्या या भागात, भूगर्भातील जलस्रोतांमुळे त्यांचं फार महत्त्व असतं.

जलीय गणितके कितीही अचूक करण्याचा प्रयत्न केला तरी कमीचं, मुळातच त्याची अचूकता 70 ते 80% च्या वर येणं मला तरी शक्य वाटत नाही किंबहुना तितक्या अचुकतेची गरजही भासत नाही. वर्षांवरचे बांधलेले हजारो लाखो पूल १००% अचुकतेची गरज नसलेबाबतची साक्ष देत उभे आहेत. जवळपास सगळ्याच जलीय गणितकांमध्ये Inglis Discharge इतका Discharge येण्यासाठी नदीमध्ये जी पुरपातळी येणे आवश्यक आहे. ती पुनरावृत्ती पद्धतीने (Iterative Method) काढता येते, Excel या सॉफ्टवेअरचे Goal Seek फंक्शन हे त्यासाठी जण वरदानच, एकाच झटक्यात उत्तर मिळून जातं. त्यासाठी मॅनिंगच्या व Inglis, Dickens, Ryves या निरनिराळ्या भागात वापरल्या जाणाऱ्या निरनिराळ्या सूत्रांची गरज भासते त्यात Rugosity मानांक व "C" पाणलोट क्षेत्राचा मानांक, पाणलोट स्थळाचे क्षेत्रफळ, Hydraulic Mean Depth आणि Bed Gradient या घटकांचा समावेश होतो. C चे मूल्य काढण्यासंबंधीच्या सूचना Guidelines of Bridge Design या पुस्तकात दिल्या आहेत तर पाणलोट स्थळाचे क्षेत्रफळ आता शक्यतो " BHUVAN" या इसरो च्या संकेतस्थळासावरून काढता येतं.

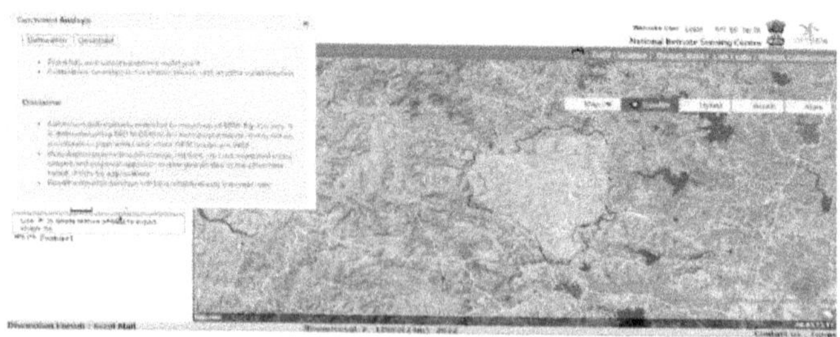

पूर्वी पाणलोट स्थळाचे क्षेत्रफळ हे टोपोशीट (Toposheet) चा वापर करून काढलं जाई. त्यासाठी टोपोशीट घेऊन Contour च्या मूल्यानुसार उताराची दिशा ठरवून पाणलोट क्षेत्रफळ अंतर्भूत करणारा भाग Trace पेपर वर व मग आलेख कागदावर घेतला जाई व मग त्यातील चोकोणांची संख्या मोजून व त्याला योग्य त्या गुणांकाने गुणून पाणलोट क्षेत्रफळ काढले जाई.

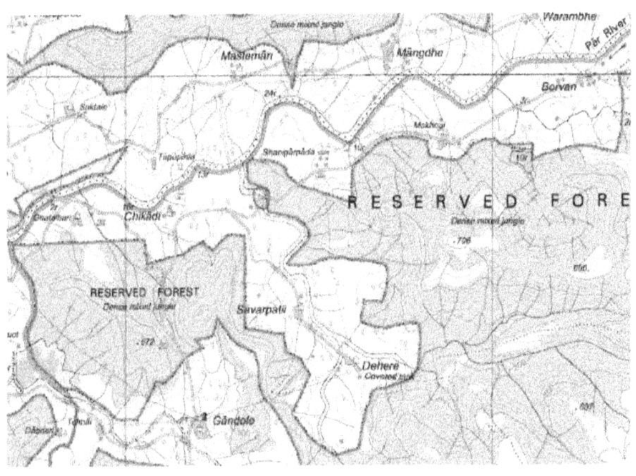

ही जलीय गणितके शिकविण्यासाठी मला बऱ्याचदा महाराष्ट्र अभियांत्रिकी प्रशिक्षण प्रबोधिनी येथे व वाल्मि येथेही बोलविलं जाई, दररोजपेक्षा एखादा दिवस वेगळा म्हणून मलाही प्रशिक्षण द्यायला व चर्चा रंगवायला मज्जा वाटायची आणि त्यातून काही नवीन निष्पन्न झालं की बरं वाटतं. बऱ्याचदा प्रशिक्षणार्थींशी चर्चा करतांना बेड ग्रेडिएंट हा धबधबा असेल तर किंवा अचानक मध्येच खोल डोह आला तर अनुक्रमे अचानक खूप तीव्र उतार व उलटा उतार असं निदर्शनास येतं त्यावेळी ते ग्राह्य धरणं कितपत योग्य आहे? हा प्रश्न विचारी. बऱ्याचदा उत्तर मिळत नसे, मग मीच त्यांना डोहातून सरासरी उतार घेण्यापेक्षा डोहाच्या दोन्ही टोकांमधील उंचीचा सरासरी उतार घेण्याविषयी

सांगे,कारण डोहाच्या दुसऱ्या टोकाच्या उंचीहून अधिक उंचीपर्यंत भरेपर्यंत पाणी दुसऱ्या टोकाला वाहत नाही आणि भरल्यावर ते दोन्ही टोकांतील उंचीतील फरकामुळे वाहतं.

पेठ तालुक्यात मुरूमटी गावाजवळ पाटे येथील बंधाऱ्याच्या सांडव्यातून वाहणाऱ्या नदीवर एका गर्भवती स्त्रीला डोली बांधून नदीतून घेऊन जातांनाची बातमी वृत्तपत्रात आल्यानं, न्यायालयाने मानवी हक्क आयोगांतर्गत सुमोटो केस दाखल केली होती.रस्ता ग्रामीण मार्ग दर्जाचा होता, ग्रा. मा. क्रमांक ९१ परंतु त्या रस्त्यावर आदिवासी उपयोजनेअंतर्गत सार्वजनिक बांधकाम विभागांतर्गत पूल मंजूर असल्याने तातडीने सर्व्हे करावा लागणार होता, तेथील शाखा अभियंता नितिन धूम, व माझ्यासह पुलाचा सर्व्हे शिकण्यास इच्छुक असलेले मंडळ कार्यालयातील स्थापत्य अभियांत्रिकी सहाय्यक मयूर राजपूत व सा.बां. विभाग येथील स्थापत्य अभियांत्रिकी सहाय्यक ज्ञानेश्वर पेंढारे असे आम्ही चार जण Autolevel सह स्थळी पोचलो. रस्ता नदीला ज्या ठिकाणी ओलांडून जाई तिथे खोल डोह होता. पाऊस चालू होता, नदीला पाणी आलं होतं पण प्रवाह मात्र संथ होता. नदी ज्या डोंगराच्या पायथाशी वाहत होती त्या डोंगरावर रुईपेडा म्हणून गाव आहे, तिथे माझ्या पत्नीच्या दोन आत्या राहत असल्याने कधीमधी त्या गावी जाणं होई, त्यातली एक आत्या त्या नदीकिनारी पुलाच्या स्थळापासून २०-३० मी अंतरावरच राही. मी त्यांच्या घरी पाण्यात उतरण्यासाठी पोहण्यात तरबेज असलेल्या पोराबद्दल विचारणा केली जेणेकरून पाण्यातील नदीपात्राच्या पातळ्या घेता येतील. पण भात आवणीचे दिवस असल्याने सारी मंडळी शेतात असल्याने बरच शोधूनही कोणी सापडलं नाही, घरी म्हातारा म्हातारीचं असल्याने त्यांना मदतीसाठी विचारणं चुकीचं ठरलं

असतं, आम्ही पावसात भिजून गेल्यामुळे त्यांना फक्त चहा ठेवणेपूर्ती फक्त मदत मागितली.घरी दूध नसल्यामुळं, अधिकाऱ्यांना कोरा चहा कसा द्यावा ह्यामुळं त्यांच्या मनाची चलबिचल झाली होती जी त्यांनी मला बाजूला घेऊन सांगून दाखवली, तुम्ही चिंता करू नका फक्त चहा ठेवा सगळे चुपचाप चहा पितील कुणी काही बोलणार नाही, असं आश्वासन दिल्यानंतर त्यांनी चहा ठेवला व झाल्यानंतर आम्हाला हाक मारून चहासाठी बोलवून घेतलं. आमच्या चोघांपैकी कुणालाही पोहता येईना आणि नदी तर खोल, शेवटी नदीपात्र वगळता दोन्ही काठावरील लेव्हल्स घेऊन पुढे कोणी मिळालं तर बघू ह्या हिशोबानं सर्व्हेच काम आम्ही सुरु केलं. आम्ही नदीच्या उजव्या काठावर होतो, इकडचं काम संपलं होतं, डाव्या काठावरच्या Readings घ्यायच्या बाकी होत्या, डाव्या काठावर "बेशरम" ची झाडं अक्षरशः बेशर्मीने बेभान वाढली होती त्यामुळं तिकडच्या readings दिसल्या नसत्या, म्हणून आम्ही डाव्या काठावर दिसणाऱ्या विहिरीचा कठडा change point म्हणून निवडला जेणेकरून T.B.M. शी तुलना करणे शक्य होईल. नदीच्या खालील बाजूस डोह संपल्यावर उथळ भाग होता, त्या गर्भवती महिलेला नदीच्या ह्याच भागातून डोली बांधून नेलं होतं, मयूरनही नदी तिथूनच ओलांडली व आम्हाला विहिरीच्या कट्याची reading मिळाली. आता आम्हाला उपकरण डाव्या काठावर हलवणं होतं, आम्हीही त्याच मार्गे निघालो. इथं एक गोष्ट निरीक्षण करण्यासारखी होती, डोहात कितीही पाणी असलं तरी उथळ भागात डोहात शिरणाऱ्या पाण्याएवढंच पाणी बाहेर पडत होतं याचा अर्थ असा की, डोहाच्या दुसऱ्या टोकाच्या उंचीहून अधिक उंचीपर्यंत भरेपर्यंत पाणी दुसऱ्या टोकाला वाहत नाही

आणि भरल्यावर ते दोन्ही टोकांतील उंचीतील फरकामुळे वाहत आणि हेच स्पष्टीकरण मी प्रशिक्षणार्थ्यांनाही देई.

धबधब्याच्या ठिकाणी मात्र उंचीतील फरकाने विनाकारण नदीपात्राचा उतार (बेड ग्रेडिएंट) फार तीव्र दिसतो, परंतु बऱ्याचदा ह्या उताराचा पाण्याच्या वेगात तसं काही फारसा फरक पडत नाही, अर्थातच हे सारं धबधब्याची उंची, त्याचा आकार व त्यावरून पाणी कसं वाहतं यावर अवलंबून आहे. उंचावरून पडणारा पाण्याचा वेग खाली जमिनीवर आदळताच कमी होतो व पाणी उडी घेऊन मग पुढे व्हायला सुरुवात होते, या प्रक्रियेत खाली पडताना गुरुत्वाकर्षणामुळे पाण्याला जी ऊर्जा उंचीमुळे हवेमध्ये असताना प्राप्त झालेली असते ती जमिनीवर आदळताच विविध तऱ्हेने वापरली जाऊन कमी होते. हीच ऊर्जा धबधब्याच्या तळाशी डोह बनविण्यास कारणीभूत ठरते. असे धबधबे सहसा उंच असतात, सुरगाणा तालुक्यातील भिवतास धबधबा, पेठ तालुक्यातील बुरुंडी धबधबा, त्रिंबक तालुक्यातील रायते येथील धबधबा हे माझ्या प्रत्यक्ष पाहण्यातील काही उंच धबधबे. या प्रकारात शक्यतो खडक जमिनीला लंब राहतो.

पेठ तालुक्यातील मढेदी नदीवरील धबधबा मात्र माझ्या नेहमीच्या पाहण्यातला, फार उंच नाही, खडकालाही टप्याटप्यामध्ये उतार आहे, पाणी खडकाला धरूनच वाहतं, अश्या प्रकारात मात्र खडकाचा उतार, पायथ्याशी पाण्याचा वेग धरून ठेवायला थोडा हातभार लावतो, उसांडत वाहणारे असे धबधबे पाहणं लहानथोर साऱ्यांनाच आवडतं, काही हौशी लोकांसाठी ते जीवघेणंही ठरलं आहे, लोकं अशा ठिकाणी मौज म्हणून जातात वेगाचा अंदाज नसतो आणि कधी अचानक पाणी वाढलं की वाहून जातात.

अलीकडच्या काळात बांधले गेलेले बरेचसे कोल्हापुरी पद्धतीचे बंधारेही असेच कमी उंचीच्या धबधब्यासारखे प्रवाहाची गती वाढवण्यास कारणीभूत ठरतात. पाणी फार उंचावरून पडत नाही ते पाण्याची धार म्हणून वाहतं, व प्रवाहाची गती वाढवत. या प्रकारात बेड ग्रेडिएंटची तीव्रता खालील भागातील Hydraulic jump नंतर वाढलेल्या उंचीमुळे कमी झालेल्या गतीच्या प्रभावानुसार कमी करावी. वाटतं तेवढं सोपं नाहीच, मुळातच हा विषय जितकं आत जावं तितका क्लिष्ट. नशिबानं हया पुलाच्या गणीतकांमध्ये अशी क्लिष्टता नव्हती, मी सर्व्हेप्रमानेच आलेला सरासरी Bed Gradient गृहीत धरला.

Hydraulic Mean Depth म्हणजे नदीपात्रातील भिजलेले क्षेत्रफळ व भिजलेली परिमिती यांचे गुणोत्तर, काटछेदाचे क्षेत्रफळ नदी दर पावसाळ्यात थोड्याफार प्रमाणात बदलत राहते, साहजिकच परिमितीही बदलते, म्हणजे प्रत्येक पावसाळ्यापूर्वी व पावसाळ्यानंतर Hydraulic Mean Depth बदलते तीही. दरवर्षी आणि प्रत्येक वर्षी थोडय़ाफार फरकाने. परिवर्तन हा या संसाराचा नियम आहे, या भौतिक विश्वाच्या नियमांची त्याने प्रचिती येते. निवडणूक तोंडावर आल्याने व राजकीय दबाव असल्यानं काम त्वरित करण्यावर अधिक जोर होता, त्यानं ह्यात बारकाईन अभ्यास करण्यापेक्षा पूर्वापार चालत आलेल्या सरळ रेषेच्या पद्धतीनं Hydraulic Mean Depth काढली पण त्यासाठी एक विशिष्ठ पुरपातळी गृहीत धरावी लागते, सुरवात केली ती प्रत्यक्ष स्थळावर सांगितलेल्या पूरपातळीवरुन. Excel या सॉफ्टवेरवरून Inglis सूत्रानुसार आलेल्या डिस्चार्जची तुलना manning च्या सूत्रानुसार आलेल्या डिस्चार्जशी करुन मला अपेक्षित असलेला डिस्चार्ज ज्या पुरपातळीला आला ती पातळी मी HFL म्हणून

गृहीत धरली. नशिबानं प्रत्यक्ष स्थळावर सांगितलेली पातळी व गणीतकाद्वारे काढलेली पातळी यात फारसा फरक नव्हता. ह्या पातळीत मी Vertical Clearance व afflux गृहीत धरून मी पुलाची अंदाजित ऊंची ठरवली व पुलाच्या उंचीवरून त्याची गाळे रचना करण्यास सुरुवात केली.पुलाच्या उंचीवरून गाळ्याची लांबी ठरविनेकरिता काही ठोकताळे आहेत, त्यात पायाप्रकारावरून गाळ्याची लांबी ठरविनेसाठी उंची व लांबी याची गुणोत्तरे दिली आहेत. गाळे रचना ठरवली की स्लॅबची/superstructure ची जाडी लांबीनुसार लागणाऱ्या क्षमतेला अनुसरून ठरविता येते, महाराष्ट्र राज्य शासनाच्या सा बां खात्याने पुलांचे वेळोवेळी तयार केलेल्या टाईप प्लॅनद्वारे गणीतके न करता ह्या जाडी उपलब्ध करुन दिलेल्या आहेत त्यांचा वापर करून पुलाची RTL (Road Top Level) ठरविता येते.

गृहीत धरलेल्या गाळे संरचनेनुसार सूत्रांनुसार काढलेला Afflux नुसार गृहीत धरलेला afflux वारंवार बदलून तो सारखा येईपर्यंत बदलला. गणितके करून काढलेल्या पूरपातळीत Afflux व Discharge नुसार Vertical Clearance यांची बेरीज करून पुलाची Soffit पातळी काढली व पुलाच्या स्लॅबची जाडी व त्यावरील Wearing Course यांचा समावेश करून RTL अंतिम केली. हीच प्रक्रिया विविध गाळे संरचनेसाठी जोपर्यंत अडथळ्याची टक्केवारी (%obstruction) २५% च्या खाली येत नाही तोपर्यंत केली. बुडीत पुलांच्या बाबतीत ही अट ३०% पर्यंत शिथिल करता येते.

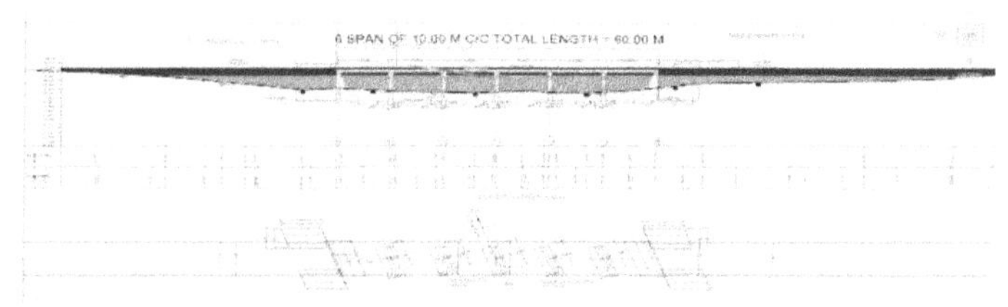

पुलांच्या (Road Top Level) RTL ची पूरपातळीशी तुलना करता बुडीत पूल व उंच पूल असे दोन प्रकार पडतात, बुडीत पुलाची RTL ही , १००% Inglis विसर्गाला येणाऱ्या पूरपातळी (HFL) पेक्षा कमी असते अथवा Vertical Clearance हा दिलेल्या मानांकनापेक्षा कमी असतो. याउलट उंच पुलाची RTL ही, १००% Inglis विसर्गाला येणाऱ्या पूरपातळी (HFL) पेक्षा जास्त असते व Vertical Clearance हा दिलेल्या कमीत कमी अपेक्षित मानांकाइतका असतो. पाईप मोरीच्या बाबतीत मात्र ७०% पाणी मोरीवरून व ३०% पाणी पाइपातून जाणं अपेक्षित असतं पण हे करताना प्रवाहाला होणारा अडथळ्याची टक्केवारी ३०% च्या वर जाणार नाही यानुसारच त्याची (Road Top Level) RTL ठरवावी. तशीच उंच पुलाच्या बाबतीत अडथळ्याची टक्केवारी २५% तर बुडीत पुलांच्या बाबतीत अडथळ्याची टक्केवारी ३०% अश्या मर्यादित ठेवावी लागते.

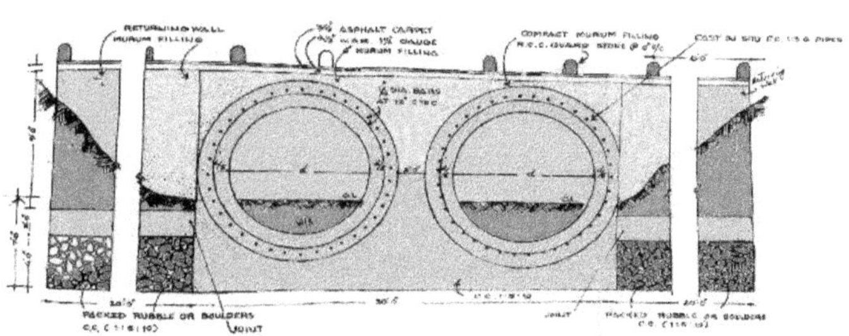

अडथळ्याची टक्केवारी (%obstruction) म्हणजे प्रवाहात पूल बांधलेनंतर त्याचे मध्यपाद व अंत्यपाद यांचा प्रवाहाला होणारा अडथळा, बुडीत पुलांच्या बाबतीत त्यात स्लॅब व kerb यांचाही समावेश होतो, साहजिकच नदीच्या पुलाच्या दिशेतील काटछेदात जर मध्यपाद व अंत्यपाद यांची जागा जर बदलली तर अडथळ्याची टक्केवारी (%obstruction) मध्ये फार फरक पडतो, त्यामुळे ज्या जागांसाठी अडथळ्याची टक्केवारी (%obstruction) कमी येते ती जागा शोधणं देखील वरील वारंवार कराव्या लागणाऱ्या प्रक्रियेचा एक भाग.

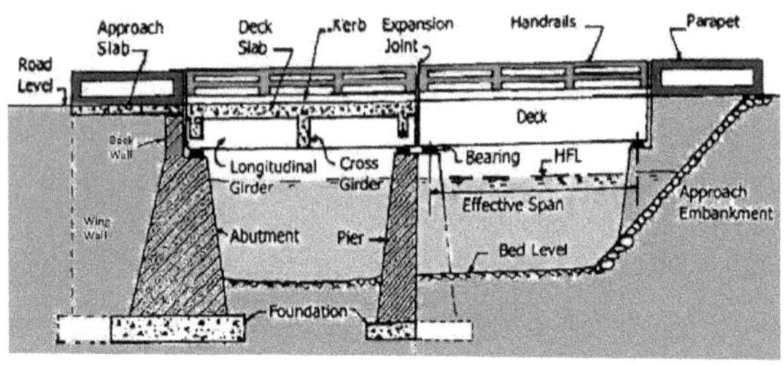

बुडीत पुल उंच पुलापेक्षा कमी किमतीत होतात असा समज असल्यानं नाबार्ड योजनेंतर्गत पूल मंजूर करतांना त्यांचा सर्रास वापर होतो, परंतु खरं पाहता स्लॅबचं obstruction आल्यानंतर ते ३०% च्या आत ठेवण्यासाठी पुलाची लांबी उंच पुलाला लागणाऱ्या लांबी इतकीच जवळपास ठेवावी लागते, पायाचा आकार मात्र वाढतो व त्याने किंमत, बऱ्याचदा साध्य काहीच होत नाही उलट तोटाच होतो. शासनामार्फत वेळोवेळी रस्ते दर्जोन्नत होत राहतात त्यात त्या रस्त्यावरील बुडीत पुलाची बंद असणे बाबतची मानांक बदलतात परिणामी पुल भविष्यात तोडून नवीन बांधावे लागतात.

पिंपळगाव केतकी जवळील पुलाबाबतचीही हीच परिस्थिती, पुलाची रुंदी ४.२५ मी इतकी, एकावेळी एकच गाडी नदी ओलांडू

शकेल अशी. वारंवार बुडत असल्याने त्याची उंची वाढवणं आवश्यक होतं पण जुनं संकल्पन हे वाढलेल्या उंचीला पूरक नसल्याने पुरात पुल कोलमडून पडण्याची शक्यता नाकारता येत नव्हती, त्यातच पुलाला ३०-४० वर्षे झालेली वरचा भाग नवीन आणि खालचा भाग जुना यान पुलाच आयुष्य फक्त जुन्या भागावढच असत, त्यातही जुना पुल बुडीत प्रकारचा असून त्याची लांबी आवश्यकतेपेक्षा ३०-४० मी. कमी, म्हणून उंची वाढवण्यापेक्षा नविन पुलच बांधण योग्य.

पऱ्यापाडच्या पुलबाबत अशी काही अडचण नव्हती व सर्व अटी शर्ती पूर्ण झाल्या होत्या व त्यांना अनुसरूनच पुलाची उंची व गाळेसंरचना अंतिम केली. जलिय गणीतकाने काढलेली RTL ही कोल्हापुरीच्या WEIR च्या पृष्ठभागापेक्षा दोन मीटर उंचीने अधिक होती. कोल्हापूरीला नदीच्या दोन्ही काठावर नदीला समांतर अश्या भिंती बांधलेल्या आढळल्या, सुदैवाने त्यांची उंची देखील कोल्हापुरीच्या पृष्ठभागापेक्षा दोन मीटर अधिक इतकी उंच होती.मला कोल्हापूर विषयी फारसं ज्ञान नसल्यामुळे त्या भिंती कोल्हापूरीच्या WEIR पृष्ठभागापेक्षा दोन मीटर अधिक उंचीएवढ्या का दिला असाव्यात याचं उत्तर मात्र अनुत्तरित होतं.एका क्लिकवर माहिती उपलब्ध होणाऱ्या इंटरनेट व आर्टिफिशिअल इंटेलिजन्सच्या युगात माझ्या प्रश्नांची उत्तर मात्र मला सापडत नव्हती.त्यामुळं मी "बॅक टू बेसिक्स" या माझ्या जीवनातील वारंवार सिद्ध पद्धतीचा अवलंब करीत पुस्तक धुंडाळायला सुरुवात केली.सोबत इंजीनियरिंग ज्ञान होतच.

कोल्हापुरींचा WEIR जरी BROAD CRESTED WEIR वाटत असला तरी मी त्याला बुडताना पाहिलेलं आहे. जसजसं पात्र मोठं व खोल होत जातं तसतसं कोल्हापुरींचा वापर कमी दिसून येतो विशेषतः दमण, पार आणि नार या महाराष्ट्रातील पश्चिमवाहिनी नद्यांवर

तेही त्याच्या उगमस्थानाजवळील भागातच कारण पुढेपुढे त्यांची खोली फार वाढत जाते व कोल्हापुरीं प्रकारच्या बंधाऱ्याना अनुकूल राहत नाही पण भौगोलिक परिस्थिती मोठ्या धारणांसाठी उत्तम आहे पण फारच कमी जंगल क्षेत्र उरलेल्या भागावर त्याचा फार विपरीत परिणाम होण्याची शक्यता आहे.

बुडीत शार्प क्रेस्टेड वेयरचे सर्वसामान्य नियम हे बुडीत शार्प क्रेस्टेड नसलेल्या weir ला देखील लागू आहेत परंतु weir च्या आकारानुसार त्यातील पाण्याचा डिस्चार्ज हा बदलत जातो.त्यामुळे एका विशिष्ट सूत्रापर्यंत पोहोचता येत नाही, परंतु भरीव स्लॅब च्या बाबतीत खालील नियमांचा वापर केलेला आढळतो.

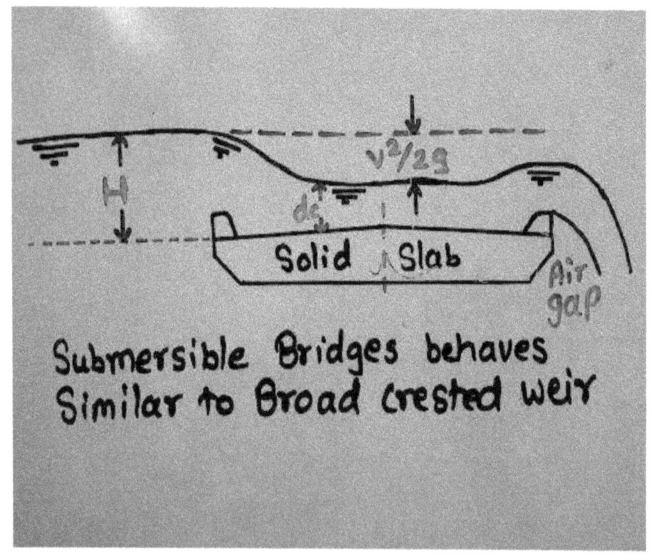

1) जर बुडीत खोली 0.2H पेक्षा जास्त असेल, तर बुडीत स्थितीचे प्रभाव नगण्य मानले जाऊ शकतात आणि वेयरवरचा प्रवाह मुक्त प्रवाह म्हणून गणला जाऊ शकतो.

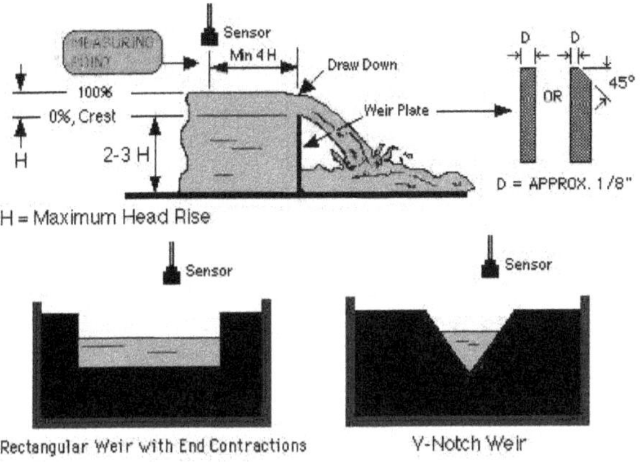

Sharp-Crested Rectangular and V-Notch Weirs

2) धारदार अपस्ट्रीम किनार असलेल्या अरुंद वेयरसाठी, तीव्र शिखर असलेल्या वेयरसाठी लागू असलेले बुडीत प्रवाह समीकरण वापरून बुडीत स्थितीतील प्रवाहाचे विश्लेषण करावे.

3) विस्तृत शिखर असलेले वेयर सामान्यतः बुडीत स्थितीमुळे प्रभावित होत नाहीत जोपर्यंत बुडीत खोली सुमारे 0.66H पर्यंत पोहोचत नाही.

4) अरुंद गोलाकार शिखर असलेल्या वेयरसाठी, प्रवाह वैशिष्ट्यांचा विचार करून बुडीत तीव्र शिखर असलेल्या वेयरसाठी वापरलेल्या समीकरणाने मिळालेला प्रवाह 10% ते 15% ने वाढवावा.

वरील नियमानपैकी एक ते तीन बऱ्यापैकी चांगले परिणाम देतात, परंतु नियम चार हा निव्वळ ठोकताळा आहे. हा सगळा ऊहापोह फक्त कोल्हापुरी बांधल्यामुळे कोल्हापूरीच्या वरील बाजूस वाढलेल्या पाण्याच्या पातळीमुळे चालू होता. मी मोबाईल काढला आणि वरील बाजूस काढलेले फोटो न्याहाळायला सुरुवात केली.पाणी फक्त कोल्हापूरीच्या दरवाजातूनच वाहत असल्यामुळे बुडालेल्या कोल्हापुरीचं असल चित्र नव्हतं लागलीच भाटी च्या क्षेत्रीय भेटीची आठवण झाली.तेथील कोल्हापुरी पूर्णपणे बुडलेली होती पार नदीच ती.पात्र पसरट रुंद होत नदी संथ वाहत होती.सुरगाणा तालुक्यातील डोंगर कपारीतून वाहताना दरीतून एकेकाळी तिच्या वाटेतील मुरूम मोठ्या खडकांच्या घट्ट मिश्रणाने तयार झालेल्या भूभागाला कोरून तिने तिची वाट काढलेली होती. सहाजिकच पूर्वी प्रवाहाचा वेग खूप असावा पण अलीकडच्या काळात बांधल्या गेलेल्या कोल्हापुरीमुळे तो वेग आता मंदावला होता.नदीचा फुगवटा स्पष्ट दिसत होता.नदीचा नैसर्गिक मार्ग व पुराने व्यापलेली. सपाटी आता तिच्या पात्राचा भाग झालेली होती. कोल्हापुरीपासून वरील भागात थोडसं लांब चालत गेलं की नदी लहान मोठ्या अशा प्रवाहांमध्ये तुटलेली दिसायची.नदीतील खडक व दगडगोट्याच्या बेटांनी केलेल ते विभाजन होतं. अर्थातच पूरपरिस्थितीत हे विभाजन नाहीसं होत असावं.जस पुर परिस्थितीत लोक जाती, धर्म यातील भेद विसरून एकमेकांना मदत करतात तसंच. नैसर्गिक घटना व मानवी आचरणातील साम्यता हा आपण निसर्गाचाच घटक असलेबाबतची जाणीव निसर्ग आपल्याला वारंवार करून देत, पण आपण आपल्याला निसर्गापासून वेगळं समजून वेगळच वागत राहतो आणि त्याचा नाश करतो.

पुराच्या वेळी नदीचा वेग हा तीचा विशिष्ट रुंदीत बदलत जातो याची प्रचिती मला माझ्या चुलत आजोबांच्या दहाव्याच्या वेळी आली. बऱ्याच लोकांना हे फार विचित्र वाटेल पण कधी कुठलं निरीक्षण आढळून येईल हे कुणालाच सांगता येत नाही. नदीच्या मध्यभागी पाण्याचा वेग प्रचंड होता, उतरण कठीण पण काठाशेजारी प्रवाह जणू थांबलेला. मध्यप्रवाह जणू काठाच्या पाण्याला प्रवाहात सामील करून घेत नव्हता.काठावरचा प्रवाह हा नदी च्या वाहनाच्या दिशेला नसून त्या प्रवाहाला लंब म्हणजेच काठाच्या दिशेने लाटांच्या स्वरूपात होता, जाई व पुन्हा येई. मी व माझे नातेवाईक टक्कल करून अंगावरचे केस धुऊन जाण्यासाठी पाण्यात बुडून वर आलो की अगोदरच तरंगत असलेली पूर्वी बुडी मारलेल्या नातेवाईकांचे केस माझ्या अंगावर आले, दोन तीनदा प्रयत्न करूनही परिणाम तोच, शेवटी नदीच्या वरच्या भागात केस नसलेल्या काठावर जाऊन बुडी मारावी लागली. याचा अर्थ असा होता की काठाजवळच पाणी हे जवळपास स्थिर स्थावर होत किंवा पाण्याचा प्रवाह नदीच्या वाहण्याच्या दिशेने नसुन नदी प्रवाहाला लंब लाटांच्यास्वरूपात होता. म्हणूनच की काय सा बां खात्यात संकल्पचित्र विभागाने जलीय गणित के करताना नदीचे पात्राचे कमीत कमी तीन कंपार्टमेंट मध्ये विभाजन केलेले आढळते व त्याला वेगवेगळ्या गोष्टी Rugosity Coefficient दिला जातो.बहुतेक माझ्यासारखं कोणालातरी दहाव्याच्या वेळी केस धुण्याचा त्रास लक्षात येऊन सदर पद्धत रूढ केली असावी, पण लाटाबाबत विसरला असावा.

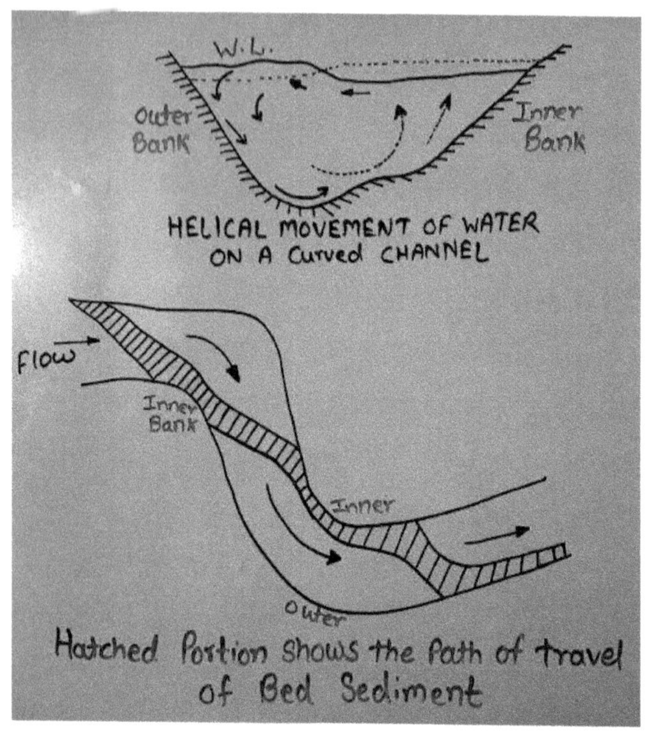

मी पाऱ्यापाडच्या पुलाच्या जलीय गणितात नदीच्या काठाचे तीन भागात विभाजन केल.पहिल्या भागात नदीचा उतरता काठ होता.डाव्या काठावर करण्यास टेंभुर्णी, साग, करंज यांची मोठी झाड होती. झुडपे मात्र दिसली नाहीत, लागूनच भाताची आवण होती म्हणजे इतर झुडप व झाडं शेतीसाठी नष्ट केली असावीत. दुसरा भाग नदीपात्रातील मध्यभाग येथे मात्र नदीपात्रात खडक उघडा पडला होता, म्हणजे नदी सर्व सामर्थ्याने या भागातून वाहत असावी. नदी प्रवाह किती सामर्थ्यवान असतो याची प्रचिती मला माझ्या प्रशिक्षणावेळी आली होती. मला प्रशिक्षणासाठी सार्वजनिक बांधकाम, उत्तर विभाग, नाशिक येथे काही काळ दिल होत. दुर्दैवानं कसोली गावाजवळील दमण नदीवरील पुलाच्या संरक्षक भिंती वाहून गेल्याची बातमी मला विभागीय

कार्यालयात मिळाली. कसौली गाँव नाशिक शहरापासून पश्चिमेस सुमारे 60 ते 70 किमी अंतरावर, डोंगरदऱ्यात बऱ्यापैकी टिकून राहिलेल्या जंगलात दमण नदीच्या किनारी वसलेल गाव. तसं ते गाव माझ्या गावापासून 15 ते 20 किमी अंतरावरच होतं, मी सदर पुलाला भेट देण्याचं ठरवलं. नुकतंच लग्न झालं होतं म्हणून सोबत पत्नीलाही घेऊन जायचं ठरवलं. माझी लाल रंगाची.100 CC बजाज या कंपनीची CT-100 बाइक काढली आणि पत्नीला घेऊन कसोलीच्या दिशेने निघालो. दुपार भरली होती, नाशिकला परत यायला वाटेत अंधार पडणार होता, अंधार पडला तर काय करायच असा प्रश्न तिने विचारला असता, उत्तर म्हणून टेन्शन घेऊ नकोस गाडीला कंपनीने दिलेल्या हेडलाईट व्यतिरिक्त तीन अधिकच्या एलईडी लाइट्स टाकल्या आहेत, वेळप्रसंगी मोबाईल चार्ज व्हावा म्हणून चार्जरपण बसवला आहे, एवढ ऐकून ती निश्चिंत झाली. गप्पागोष्टी करत करत शेवटी कसौलीच्या पुलावर पोहोचलो, परिस्थिती भयावह होती नदीच्या उजव्या काठावरील संरक्षक भिंती की ज्या जेमतेम 20 ते 30 टन इतक्या वजनाच्या असाव्यात. त्या नदीने नदीपात्रात 40 ते 50 मीटर लांबीपर्यंत वाहून नेल्या होत्या यावरून नदीच्या सामर्थ्याची जाण पहिल्यांदा झाली.डाव्या काठावरच्या संरक्षक भिंती मात्र अँकर बार्समुळे तग धरून होत्या.परंतु आतील भराव जणू काही उत्खनन करून फेकून दिला होता, त्या रिटर्न्स आताच बांधल्या आहेत आणि भराव करणं बाकी आहे असं चित्र दिसत होत, पण खरी परिस्थीती मात्र वेगळीच. इतक्या खोलवरून इतका प्रचंड भराव दोन भिंतीच्या मधून खणून काढल्याच पाहून नदीप्रवाहाच्या सामर्थ्यांची जाण माझ्या डोक्यात बसली. दहाव्याच्या वेळी काठावरच्या

लंब लाटांची आठवण झाली त्यांनच असं कोरण शक्य होत, बाकीचं काम पुरपातळीनुसार बदलत्या प्रवाहान व त्याच्या वेगानं केल असणारं.

तिसरा भाग पहिल्या भागासारखाच परंतु झाड मात्र शेजारच्या शेतकऱ्याने तोडलेली असावी असं वाटत होतं.लहान झुडपं दिसत होती म्हणून Rugosity Coefficient पहिल्या व तिसऱ्या भागात 0.050 घेण्याचे ठरवल .बर् यापैकी कमी करतात.झुडपांच्या प्रकारावरून सिटी कोइफिशियंट बदलावा हे माझे वैयक्तिक मत.पेठ, सुरगाणा व त्र्यंबकेश्वर या तालुक्यात.करवंदं गन तरीही काटेरी झुडपे सोडली तर इतर काटेरी झुडपं शक्यतो आढळत नाही. या भागात आढळतात ती पानझडी वनं, उन्हाळ्यात बोडकी पडलेली तर पावसाळयात ती हिरवीगार पानांनी भरगच्च बहरलेली. भगवान शंकराने जसा गंगेचा प्रवाह त्यांच्या जटांमधे घेऊन गंगेचा वेग कमी केला तसचं झाडांच्या या पर्णरुपी जटा देखील पावसाचा जमिनीवरील आघात व परिणामी जमिनीवर वाहणाऱ्या पाण्याचा वेग आणि जमिनीची धूप कमी करतात.

सण 1959 मध्ये Chow यांनी प्रकाशित केलेल्या मार्गदर्शक सूचना आणि तक्त्यांनुसार, नदी पात्रातील निरनिराळ्या परिस्थितींसाठी Rugosity Coefficient (n) चे मूल्य काढता येते. मूल्यांची निवड करताना अनुभवी अभियंत्यांनी योग्य तांत्रिक तर्क आणि अनुभवाचा वापर करावा. मात्र नवशिक्या व्यक्तीसाठी, n मूल्यांची निवड ही तक्त्यात नमूद केलेल्या मूल्यांवर आधारित असावी, आणि विविध व्यक्तींना वेगवेगळे परिणाम मिळण्याची शक्यता नाकारता येत नाही. त्यामुळे, n मूल्यांच्या निवडीमध्ये होणाऱ्या मोठ्या चुकांना टाळण्यासाठी आवश्यक अनुभव मिळवणे हा या पद्धती आणि मार्गदर्शक सूचनांचा मुख्य उद्देश आहे. Chow यांनी प्रकाशित केलेल्या मार्गदर्शक सूचना आणि तक्त्यांचाच संदर्भ घेऊन आजतागायत जलीय गणितांचा रहाट गाडा चालू आहे.

निफाड शहरातील बाणगंगा नदीच्या पुलाच्या भेटी दरम्यान, संपूर्ण नदीपात्र Cyrtobagous salviniae या जातीच्या गवताने भरून गेले होते. या गवतामुळे नदीच्या प्रवाहावर खूप मोठा फरक पडला होता. खरं तर, Rugosity Coefficient (n) या गवतामुळे खूप वाढला होता, कारण ते गवत नदीच्या पाण्यावर तरंगत होते आणि जवळजवळ संपूर्ण नदीपात्रात पसरले होते. त्यामुळे पाण्याचा प्रवाह थांबलेला असल्यासारखा भासत होता. इतकेच की, कुत्रे त्या गवतावरून नदी ओलांडून जात होते. हे गवत का वाढले आहे, हे जाणून घेण्यासाठी मी नदीच्या खालच्या बाजूस थोडे फिरलो.

खाली एक कोल्हापुरी पद्धतीचा बंधारा होता, ज्यामुळे पाणी स्थिर झाले होते. यामुळे पाण्याला प्रवाह नव्हता, आणि अशा स्थिर पाण्यात गवत मोठ्या प्रमाणावर वाढते. हा परिणाम गवताचा वेगावर

नसून, नदीच्या प्रवाहाच्या वेगाचा गवतावर होत होता. हाच अनुभव मला गोदावरी नदीवरील रामकुंडाच्या वरच्या बाजूस असलेल्या कोल्हापुरी बंधाऱ्याच्या क्षेत्रातही आला. तिथेही गवत मोठ्या प्रमाणावर वाढलं होतं. पाणी स्थिर होतं, पण पूर आला की हे सगळे गवत वाहून जात असे. त्यामुळे, ही समस्या नदीपेक्षा धरणांना अधिक असावी, कारण त्यांना पूर येण्याची शक्यता जवळजवळ नसते.

पूरपातळी ही प्रत्यक्ष जागेवरील पुराच्या खुणांवरून तसेच कागदोपत्री तपासली जाते, ज्यासाठी अनुभवजन्य सूत्रे (इम्पिरिकल फॉर्म्युला) वापरली जातात. या सूत्रांमध्ये "C" हा महत्त्वाचा मानांक असतो, जो क्षेत्राच्या उतारानुसार आणि पाणलोट क्षेत्रातील पर्जन्यमानानुसार बदलायला हवा. परंतु महाराष्ट्र शासनाच्या "Guidelines of Bridge Design" या पुस्तकात हा मानांक फक्त पाणलोट क्षेत्राच्या क्षेत्रफळावरच अवलंबून असल्याचे दिसते.

Sr. No.	Catchment area in sq.miles.	Value of C	Sr. No.	Catchment area in sq.miles.	Value of C
1.	2	4600	11.	12	6300
2.	3	4800	12.	13	6400
3.	4	5000	13.	14	6500
4.	5	5300	14.	15	6600
5.	6	5550	15.	16	6700
6.	7	5700	16.	17	6775
7.	8	5850	17.	18	6850
8.	9	6000	18.	19	6925
9.	10	6100	19.	20	7000
10.	11	6200			

उदाहरणार्थ, पेठ, सुरगाणा, इगतपुरी, आणि त्र्यंबकेश्वर या सुमारे २५०० ते ३००० मिमी पाऊस पडणाऱ्या डोंगराळ तालुक्यांमध्ये नदीला अचानक पूर येतो. याचा अर्थ, पाणलोट क्षेत्रातील पाणी खूप कमी वेळेत पुलाच्या ठिकाणी पोहोचते, म्हणजेच डिस्चार्ज (वाहून जाणारी पाण्याची मात्रा) खूप जास्त असतो. याउलट, धुळे सारख्या

सपाट भागात, जिथे ७०० ते ८०० मिमी पाऊस पडतो, तिथे समान पाणलोट क्षेत्र असलेल्या पुलाजवळ पाणी इतक्या वेगाने येत नाही, म्हणजेच तिथला डिस्चार्ज कमी असतो.याचा अर्थ, डिस्चार्ज हा फक्त पाणलोट क्षेत्राच्या क्षेत्रफळावर अवलंबून नसून, तो त्या भागाच्या उतार, पर्जन्यमान, जंगलांची घनता, मातीचा प्रकार, नदीवरील बंधारे आणि तलाव या सर्व घटकांवर अवलंबून असतो.

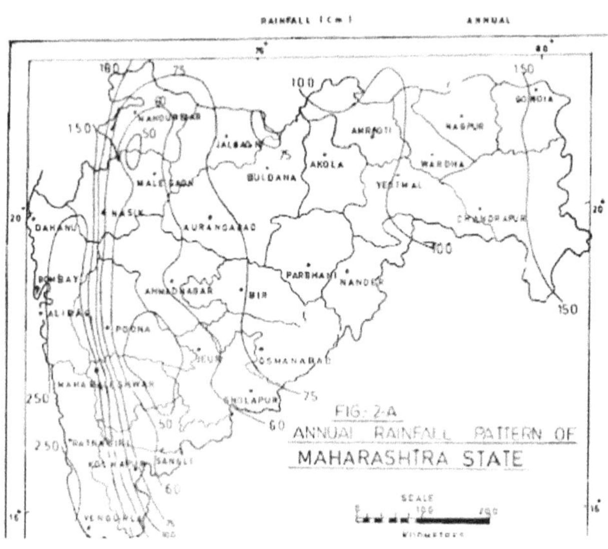

FIG: 2-A ANNUAL RAINFALL PATTERN OF MAHARASHTRA STATE

पाऱ्यापाडच्या पुलाच्या बाबतीतही या बाबी विचारात घेणं आवश्यक होतं. पाणलोट क्षेत्र हे समिश्र पद्धतीचे आहे. पुलाची जागा ही दिंडोरी आणि सुरगाणा तालुक्यांच्या सीमेवर आहे. दिंडोरी तालुक्यातील भागात डोंगर माथ्यावरची सपाट जमीन शेतीसाठी कसलेली आहे. झाडं फक्त नावालाच दिसतात, तीही फक्त शेतीच्या बांधावर लावलेली फळझाडं आहेत. सुरगाणा तालुक्यात मात्र परिस्थिती वेगळी आहे. तिथे

शेतीसाठी फारशी जंगलतोड आढळत नाही. जंगल बऱ्यापैकी दाट आहे. आश्चर्याची गोष्ट म्हणजे, फक्त एक ते दीड किलोमीटरच्या अंतरावर इतका प्रचंड फरक दिसून येतो. दिंडोरी तालुक्यातील घाटावरच्या जमिनी या खाजगी मालकीच्या आहेत, तर सुरगाणा तालुक्यातील पठारी भागात फार कमी खाजगी जमीन आहे. बहुतांश जमीन शासनाच्या वनखात्याच्या अखत्यारीत येते. यावरून असे लक्षात येते की घाटाखालील आदिवासी पूर्वी जंगलाच्या विशिष्ट भागातच राहत असत, परंतु वाढत्या लोकसंख्येनुसार आणि उदरनिर्वाहाच्या गरजेनुसार नवीन पाडे बसवत गेले. यामध्ये साम्य म्हणजे बहुतांश पाडे हे नदीकिनारी वसलेले आहेत. पावसाळ्यात पहिला पूर आल्यावर गढूळ पाण्यात चढणीचे मासे धरण्यासाठी लोक जाळी घेऊन मासे पकडतात. त्यामुळे त्यांना दरवर्षीच्या पूरपातळीची पूर्ण कल्पना असते. वेगवेगळ्या वयोगटातील व्यक्तींशी चर्चा केल्यावर प्रत्येक जण वेगवेगळी पूरपातळी सांगतो, ती एकाच ठिकाणची असली तरी. यावरून असे दिसून येते की पाणलोट क्षेत्रात अलीकडे बांधण्यात आलेल्या कोल्हापुरी प्रकारचे बंधारे, तळी, मोठी धरणे यांमुळे पूरपातळीतही बदल झाले आहेत.

कोल्हापुरी प्रकारचे बंधारे थोड्याफार प्रमाणात पाणी साठवतात आणि पाण्यासोबतच गाळही साठवतात. परिणामी, पाण्याचा वेग कमी होतो. पाणी वाहते ते फक्त पावसाळ्यात काढून टाकलेल्या फळ्यांच्या जागेमधूनच. मात्र उन्हाळ्यात पाणी साठवण्यासाठी वापरल्या जाणाऱ्या फळ्या मला बऱ्याचदा उन्हाळ्यातदेखील दिसत नाहीत. ही भारतीय लोकांची मानसिकता मला पटत नाही—शासकीय मालमत्तेचा खाजगी कामासाठी चोरून वापर करणे ही मानसिकता बदलण्याची काळाची गरज आहे.

तळी पाणी साठवून ठेवतात, आणि ते पाणी नदी किंवा नाल्यांमध्ये फक्त उलंडून गेल्यावर अथवा पोकळी निर्माण होऊन पाझरल्यावरच जातं. त्यामुळे तळ्याचे पाणलोट क्षेत्र हे गणनेतून वजा करणे योग्य ठरेल, असं माझं मत आहे.

भंडारा आणि गोंदिया हे जिल्हे तळ्यांचे जिल्हे म्हणून ओळखले जातात. भंडारा जिल्ह्यात नवेगाव बांध सारखे सुमारे अकरा चौरस किमी क्षेत्रफळाचे आणि सुमारे 75 फूट खोली असलेले जिल्ह्यातील सर्वात मोठे मानवनिर्मित तळे आहे. याच्या जवळच अंदाजे पाच किमी अंतरावर इटियाडोह आणि पालांदूर तळे आहे. अशा तळ्यांच्या प्रदेशात विविध प्रकारच्या जल गणितांची (हायड्रॉलिक) आवश्यकता भासते.

धरणांमधेही हाच प्रकार आढळतो, पण धरणांमध्ये Spillway (जलनाश) आणि दरवाजे असतात, ज्यातून आवश्यकतेनुसार नदीमध्ये विसर्ग सोडला जातो. कालव्यांमधूनही पाणी इतरत्र वितरित केलं जातं. हे साठवलेलं पाणी डिस्चार्ज गणनेतून वजा करणं आवश्यक असतं. मात्र, धरणाच्या बाबतीत विसर्ग सोडताच दरवाज्यातून अचानक खूप मोठ्या प्रमाणात पाणी नदीमध्ये वाहू लागतं, म्हणजेच धरणाच्या बाबतीत विसर्गाच्या गणनेत बरीच बेरीज व वजावट करणं आवश्यक आहे.

हे सर्व जलीय गणितात समाविष्ट करण्यासाठी, सर्वेक्षण साधने घेऊन संपूर्ण पाणलोट क्षेत्राचा सखोल अभ्यास करणे आवश्यक आहे.

या अभ्यासात पाणलोट क्षेत्राचा उतार, मातीचा प्रकार, जंगलाचा प्रकार, जलाशये, नदीचा उतार, आणि तेथील पर्जन्यमान या घटकांचा समावेश असावा. यानंतरच पुलाच्या ठिकाणच्या पाणलोट क्षेत्रावरून विसर्ग (डिस्चार्ज) अचूकपणे काढणे शक्य होईल.

पुलाच्या ठिकाणची पूर पातळी ही त्या ठिकाणी आलेल्या विसर्गाच्या परिणामस्वरूप असते. पण, यासाठी नदीचा काटछेद अचूकतेने काढणे आवश्यक आहे. सर्वेक्षण करताना नदीपात्रात सुमारे पाच ते दहा मीटर अंतरावर मोजमापे घेतली जातात, आणि नंतर त्यांना कागदावर सरळ रेषेने जोडले जाते. मात्र, असे केल्यास नदीचा काटछेद अचूक मिळत नाही, आणि ऑटोकॅडवरही अपेक्षित काटछेद साधता येत नाही. यासाठी अधिक अचूक पॉलीनॉमियल समीकरणांचा वापर करणे गरजेचे आहे.

ही समीकरणे, नदी पात्रात अधिक जवळ-जवळ मोजमापे घेऊन, आणि मायक्रोसॉफ्ट एक्सेल सारख्या सहज उपलब्ध होणाऱ्या सॉफ्टवेअरद्वारे सोप्या पद्धतीने साध्य केली जाऊ शकतात. मी माझ्या योगी पीडब्ल्यूडी डॉट ब्लॉगस्पॉट डॉट कॉम या संकेतस्थळावर, चित्रांसह या प्रक्रियेचे वर्णन केले आहे.

या समीकरणांच्या मदतीने, इंटिग्रेशन (Integration) वापरून आपण कोणती पूर पातळी विसर्गासाठी कारणीभूत ठरते, हे पुनरावृत्ती (Iteration) पद्धतीने काढू शकतो. यासाठी वक्राकार रेषेतील आणि तिला दोन ठिकाणी छेदणाऱ्या सरळ रेषेतील क्षेत्रफळ इंटिग्रेशन पद्धतीने काढून, त्याला पाण्याच्या गतीने गुणाकार करून विसर्ग काढावा लागतो. यामध्ये, काटछेदाचे नदीपात्राच्या परिस्थितीनुसार वेगळे तुकडे पाडणेही आवश्यक राहील.

अशी समीकरणे वापरण्याचा प्रसंग माझ्या आयुष्यात पहिल्यांदा आला तो मात्र रस्त्यांच्या बाबतीत 2015 साली, जळगाव जिल्ह्यातील चोपडा तालुक्यात माझी सहाय्यक अभियंता श्रेणी दोन या पदावर नियुक्ती झाली होती. मी आमचे उपविभागीय अभियंता श्री बागुल साहेब यांच्या सोबत आमच्या विभागीय कार्यालयातून परत येत असताना एका वळणावर एक ट्रक पलटी झाला होता. रस्ता हा राज्यमार्ग 14 होता, हद्द सा. बां. चोपडा उपविभागाची होती, आम्ही उतरून नीट पाहणी करायला सुरुवात केली. रस्त्याच्या वळणाच्या बाह्य बाजूला उंचवटा (Super elevation) दिलेला होता तरी ट्रक मात्र पलटी झालेला. सरांनी मला ते सुपर एलिवेशन पुरेसं आहे की नाही याची खात्री करायला लावली.

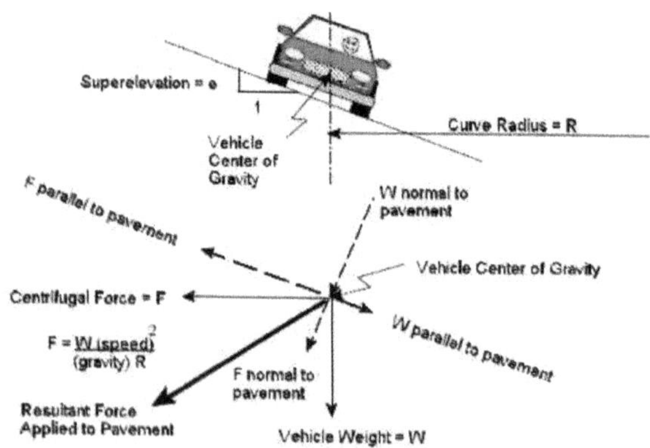

अभियांत्रिकीचं शिक्षण घेताना आम्ही सुपर एलिवेशनची गणितं तर सोडवलेली पण प्रात्यक्षिकाचा योग पहिल्यांदाच आला होता. गणितात रेडियस ऑफ कर्वेचर (R) मात्र दिलेला राहायचा पण इथे तो मात्र स्वतःलाच काढायचा होता. इंटरनेट आणि अनेक पुस्तक चाळली पण पद्धत मात्र सापडेना कारण ज्याही पद्धती दिल्या होत्या त्या ठिकाणच्या जागी अंदाजीत वर्तुळ तयार करून काढायच्या होत्या आणि माझ्या सारख्या नवख्या अभियंत्याला त्यात प्रत्यक्ष जागेवर जाऊन चुका

करणं मला अभिप्रेतच होतं म्हणून मी ते तसं करायचं काही दिवस टाळलं मात्र इंटरनेटवर शोधणं आणि पुस्तकात शोधणं सोडलं नाही.

एक दिवस आमच्या कार्यालयातील वरिष्ठ लिपिक त्यांच्या सिविलचा डिप्लोमा करणाऱ्या मुलीचा गणिताचा पेपर व तिने लिहिलेली उत्तर पत्रिका माझ्याकडे घेऊन आले. काही गुण वाढत आहेत का? हे तपासून सांगा असं त्यांनी सांगितलं. मी उत्तरपत्रिकेवर नजर टाकायला सुरुवात केली आणि एका डबल डेरीवेटीव्ह असलेल्या सूत्राने माझ लक्ष आकर्षण घेतलं. ते सूत्र होतं Radius of Curvature चं जे मी काही दिवसापासून जीव तोडून शोधत होतो, ते स्वतःच माझ्याकडे चालून आलं होतं. मला ओम शांती ओम चित्रपटांमधील शाहरुख खान या अभिनेत्याने बोललेल्या "इतनी शिद्दत से मैंने तुम्हें पाने की कोशिश की है, कि हर जर्रे ने मुझे तुमसे मिलाने की साज़िश की है" या ओळीची आठवण झाली. ते सूत्र माझ्या नोंदवहीत टिपून पूर्ण बाकीच्या उत्तर पत्रिकेवर नजर टाकून काही मिनिटातच गुण वाढवण्याची शक्यता नाही सांगून उत्तरपत्रिका परत दिली.

$$R = \frac{\left[1 + \left(\frac{dy}{dx}\right)^2\right]^{3/2}}{\left|\frac{d^2y}{dx^2}\right|}.$$

मला हवं असलेलं सूत्र मिळालं होतं. फक्त कुठल्या समीकरणाचा डबल डेरिव्हेटिव्ह घ्यायचा आहे, ते ठरवायचं होतं. इंटरनेटवर थोडंसं शोधल्यावर एक पॉलिनॉमिअल इक्वेशन मिळालं, आणि असं समीकरण रस्त्यासाठी तयार करता येईल अशी कल्पना डोक्यात आली. फक्त X आणि Y कॉर्डिनेट्स हवेत असं लक्षात आलं,

आणि विचारचक्र सुरू झालं – हे कॉर्डिनेट्स मिळवायचे कसे? अचानक, एका पुलाच्या सर्वेक्षणासाठी जावं लागलं, ऑटो लेव्हल सेट करत असताना नजर गेली ती वर्तुळाकार कोन मोजणाऱ्या कंपासवर. त्या क्षणी डोक्यात ट्यूब पेटली! मी नदीचा काटछेद काढत असताना कंपासवर दिसणारा कोनाची नोंद करायला सुरुवात केली. कंपासचा ० डिग्री कोन आता माझ्या मापांचं नवीन "उत्तर" अक्ष बनला, पण खरा उत्तर अक्ष वेगळा होता. हे अक्ष जरी वेगवेगळे असले तरी माझं काम याच बदललेल्या अक्षावर (फ्रेम ऑफ रेफरन्स) होणार होतं.

Upper Stadia आणि Lower Stadia यांच्यातील वजाबाकी करून, उत्तर १०० ने गुणून Station Point पर्यंतचं अंतर मिळालं. मग, Sin आणि Cos वापरून Latitude आणि Departure काढले. हेच त्या बिंदूचे X आणि Y Coordinates ठरले. रस्त्याचं वळण आता बिंदू आणि रेषांच्या स्वरूपात कागदावर आलं होतं. पण, वळणाकार रेषेचं समीकरण अजूनही प्रश्नचिन्हाच्या स्वरूपात होतं.कागदावर या रेषा काढणं खूप वेळखाऊ होतं, म्हणून मी एक्सेलमध्ये आलेख प्लॉट करी, ज्यामुळे बराच वेळ वाचे. एक दिवस, चुकून आलेखाच्या प्रॉपर्टीजमध्ये 'शो ट्रेंड लाईन इक्वेशन' च ऑप्शन दिसलं. क्लिक करताच आश्चर्याचा धक्का बसला – मला हवं होतं ते समीकरण पॉलिनॉमिअल स्वरूपात समोर आलं! मग, समीकरणाची डिग्री कमी-जास्त करून, रस्त्याच्या आकाराशी जुळणारं योग्य डिग्रीचं समीकरण ठरवलं.

आता मात्र सर्व सूत्रं आणि पद्धती एकत्र जुळून आल्या होत्या. डबल डेरिव्हेटिव्हचं सूत्र वापरून मी पहिल्यांदा Radius of Curvature काढली, आणि जणू काही मी एखादा नवा शोध लावल्यासारखं वाटू लागलं. एवढं की, आपण याचं पेटंट काढावं असं मन सतत सुचवत होतं. पण, अस्तित्वात असलेल्या दोन-तीन पद्धतींना एकत्र करून नवीन शोध लावल्याचं सांगणं कितपत योग्य? हा प्रश्न मनाला टोचत राहिला. त्यामुळे पेटंटसाठी आपली पद्धत सादर करण्याचे व्यर्थ प्रयत्न मी कधी केले नाहीत.

या पद्धतीची अचूकता किती आहे हे सांगणं तसं कठीणच होतं. पण त्याची अचूकता तपासण्याची एक कल्पना डोक्यात आली, आणि ती म्हणजे एका वर्तुळावरचं परीक्षण करणं. नशिबाने, चोपडा उपविभागीय कार्यालयात झाडं सुरक्षित राहावं म्हणून विटांनी बांधलेली वर्तुळाकार कमी उंचीची भिंत होती. त्यावर रीडिंग्स घेऊन, या पद्धतीचा अवलंब करून आलेख तयार केला. सूत्र सोडवून उत्तर काढलं, आणि मोजलेली वर्तुळाची त्रिज्या आणि गणिताने काढलेली त्रिज्या यांची तुलना

केली. अचूकता सुमारे 99% इतकी होती, आणि तेव्हा मात्र मला खराखुरा समाधानाचा श्वास घेता आला.

नवीन पद्धत वापरण्याची शाश्वती आता मिळाली होती गेल्या अनेक वर्षे पुलांच्या सर्व्हेक्षणात देखील या पद्धतीचा अवलंब मी केला आहे आणि स्टाफ धरताना जरी मानवी चुका घडल्या असतील तरी त्या कागदावर नंतर तरी दुरुस्त करून घेतल्या आहेत. अनेकदा डोंगराळ भागातील प्रस्तावित पुलाचे ठिकाणी सर्व्हे करताना घाट रस्त्याच्या मध्यातून सर्व्हे केला जातो. अशावेळी या पद्धतीचा चुका सुधारण्यात फार उपयोग होतो. खिर्डी भाटीच्या पार नदीवरील पुलाचे सर्व्हेक्षणावेळी त्याचा फार उपयोग झाला. भेटीच्या वेळी मंदमंद पावसाची सरी पडत होती, अचानक मध्येच जोरही धरत होती. पाणी नदीपात्रात तीन ते साडेतीन मीटर इतकं खोल होतं, तेही वाहतं पाणी. सर्वेक्षणावेळी नदीपात्रातल्या लेवल्स नदीत उतरल्याशिवाय घेणं ड्रोन सारख्या तंत्रज्ञानाने शक्य होतं परंतु आमच्याकडे मात्र ते उपलब्ध नव्हतं. पिढ्यानपिढ्या पुलाची वाट पाहत बसलेले गावकरी प्राणाची बाजी लावून नदीत उतरायला तयार होते, परंतु या नाठाळ धाडसपणाला माझा मात्र विरोध होता. लहानाचे मोठे ते या नदीकाठच्या गावातच झाले होते, नदीत पोहण्याचा त्यांचा चांगला सरावही असेल पण, मी नदीत न उतरता फक्त काठावर बसूनच व पुस्तकांच्या आधारे जे काही अनुभवलं होतं त्याच्या आधारे त्यांच्या धाडसाला माझा विरोध होता, त्याचा त्यांनी भीतीयुक्त आदराने अवलंब केला. पण एवढ्या लांब येऊन रिकाम्या हाती वापस जाणं परवडणार नव्हतं म्हणून दुसरी युक्ती लढवायचं ठरवलं. कोणीतरी नदीतून वाळू उपसा करण्यासाठी चार लोखंडी ड्रम वर लोखंडी सांगाडा तयार करून मजबूत बोट सदृश्य यंत्रणा तयार केली होती. वाळू

उपसाशिवाय त्याचा वापर तो कधी कधी एका काठावरून माणसं व मोटरसायकली दुसऱ्या काठावर ने-आण करण्यास करी.

पाण्याला बऱ्यापैकी वेग असल्याने त्याची ती यंत्रणा पाण्यात वाहून जाण्याची शक्यता होती म्हणून तसं घडू नये म्हणून त्यांनी सुमारे 110 ते 120 मीटर लांबीचा दोर नदीच्या दोन्ही काठांना जाड खुंट्या मातीत ठोकून बांधला होता. त्या दोराच्या साहाय्याने तो सामानाची व माणसांची कडून तिकडे ने-आण करी. मी पुलाची अलाइनमेंट ठरविल्यानंतर उजव्या किनाऱ्यावरची खुंटी उपटून ती मी सांगितलेल्या ठिकाणी ठोकायला सांगितली, लोकांनी सांगितल्याप्रमाणे लगेचच कृती

केली आणि मी ऑटोलेव्हलच्या साहाय्याने सर्वे सुरू केला, तयार केलेल्या बोटीला दोराच्या साहाय्याने दोन जण घट्ट धरून ठेवत होते, तर एक जण स्टाफ हाताळत होता. तरीही, दोन जणांनी धरून ठेवूनही, ती बोट वाहत्या पाण्याच्या प्रवाहात स्थिर राहात नव्हती, ज्यामुळे मलाही रीडिंग घ्यायला खूप त्रास होत होता, पण सोबत एक नवीन अनुभवही अनुभवायला मिळत होता, त्याचा एक वेगळाच आनंद मनात होता. रीडिंग घेताना स्टाफ बऱ्याचदा हलत होता, त्यामुळे मी एकाच ठिकाणची रीडिंग दोन-तीन वेळा बदलून लिहत असे. दोऱ्याला आडवा पॉईंट लोड लावल्यासारखा तो रीडिंग घेताना धरून ठेवल्यावर वाटत होतं पण एक गोष्ट मात्र लक्षात आली की तो दोर वक्राकार आकारात दिसत होता. कॉलेजमध्ये मात्र आम्ही तो दोर सरळ रेषेत 180 अंशापेक्षा लहान कोन बनल्यासारखं दाखवला असता. खुंटीशी बांधल्यानंतर दोऱ्याच्या स्वतःच्या वजनामुळे दोऱ्याचा आकार व त्या बोटीवर लागणाऱ्या पाण्याच्या प्रवाहाच्या बलाचा दोरीवर होणारा परिणाम, दोरीच्या वाकाची दिशा आडवी न ठेवता ती खालच्या बाजूस झुकवत होती, परिणामी तो वक्र आकार Parabolic आकार असल्याचे माझ्या मनाने स्वतःचीच समजूत घातली, विशेष म्हणजे हा आकार एक्सेल वर सुद्धा दिसत होता. गणिताने या नैसर्गिक घटनेला समर्थन दिलं, आणि त्या क्षणी, इंजिनियर झाल्याचं एक वेगळं समाधान मनात दाटलं. थोडंफार आकडेमोड करून, तो वक्र आकार सरळ रेषेत आणण्यासाठी काही दुरुस्ती केली.

पुलाच्या सर्वसाधारण आराखड्यात काटछेदाबरोबर प्रत्येक चैनेजला नदीपात्रात काय आढळलं, हे आपल्याला पुलाच्या सर्वसाधारण आराखड्यात नमूद करावा लागतं तीन ते साडेतीन मीटर खोल पाण्यात नदीपात्रात काय आहे? हे सांगणं तसं कठीण पण आम्ही साउंडिंग या

पूर्वापार पद्धतीचा वापर करीत प्रत्येक चैनेजवर अंदाजा लावत जात होतो. ठणठण असा आवाज आला की एखादा मोठा दगड किंवा खडक आहे असं गृहीत धरलं व जिथे भसभस असा आवाज येई तिथे वाळू आणि आणि जर आवाज न येता स्टाफ काहीसा अडकला आहे असं वाटलं, तर तिथे चिखल किंवा बारीक माती आहे, असं, शेवटी हे ठोकताळेच पण काहीच न माहीत नसल्यापेक्षा हे ठोकताळे आपली कामगिरी बऱ्यापैकी बजावतात. साउंडिंगची पद्धत मी पहिल्यांदा भूमिगत पाण्याच्या पाईपमधून होणारी गळती ओळखण्यासाठी पाहिली होती, बृहन्मुंबई महानगरपालिकेत ही पद्धत सर्रास वापरली जाते. त्याचा वापर मी मात्र पहिल्यांदा सार्वजनिक बांधकाम उपविभागात केला. भूतकाळातील अनुभव हे बऱ्याचदा कामाला येतातच शिकलेल्या गोष्टी ह्या कधी वाया जात नाही म्हणून नेहमी नवनवीन गोष्टी शिकत रहाव्यात.

केवळ शिकत राहणे पुरेसे नाही, तर त्या ज्ञानाचा लाभ नवीन पिढीला व्हावा म्हणून त्याचे दस्तऐवजीकरण करणे अत्यावश्यक आहे. आपण ज्या मार्गावर चाललो आहोत, तो पुढील पिढीला सुलभपणे समजावा, यासाठी हे ज्ञान सहज उपलब्ध करून देणे महत्त्वाचे आहे. "ज्ञान दिल्याने वाढते, कमी होत नाही," हे सत्यच आहे. आपण कोणाकडून, कधी, काय शिकू, याची खात्री नसते.कधी कधी, पक्ष्यांच्या घरट्यांच्या उंचीवरून त्या वर्षाच्या उच्चतम पुर पातळीचा अंदाज येतो, तर काही विशिष्ट झाडांच्या उपस्थितीवरून त्या प्रदेशातील वार्षिक पर्जन्यमानाचा माप ओळखता येतो. आपली भाषा न बोलणारी जीवसृष्टी देखील आपल्याला किती काही शिकवू शकते, हे जाणून घेण्याची कला अवगत झाल्यास, आपले ज्ञान अधिक समृद्ध होऊ शकते. शिकण्यासारखे इतके काही आहे की, सारं आयुष्य कमी पडू शकेल.

परंतु, यासाठी प्रबळ इच्छाशक्ती आणि सातत्याची जोड अत्यंत आवश्यक आहे.

उदाहरणार्थ, पुलाची लांबी अंदाजे ठरवायची असल्यास, नदीच्या काठावरची दोन टोकं निश्चित करून त्यानुसार जलस्रोताशी संबंधित गणितं मांडावी लागतात. जर पुराला जोडणारा रस्ता डोंगराळ भागातून, नवीन अलाइनमेंटद्वारे ग्रीनफील्डवरून नेण्यात यावा, तर त्यासाठी गाढवावर वजन लादल्यानंतर त्याने चढाईसाठी निवडलेला मार्ग कसा होता, त्याचा अभ्यास करून व त्यात आवश्यक असल्यास त्यात सुधारणा करून ठरवावा. हे महत्त्वाचे ठोकताळे मला एस.एन. पाटील या अनुभवी शाखा अभियंता यांनी चोपडा येथे कार्यरत असताना शिकवले.लोक त्यांना एस.एन.आबा म्हणत, आणि त्यांच्या पद्धतींचा वापर करताना, मी अनेकदा सर्वेक्षण करताना हातवारे करून सांगायचो, "आपल्याला ही दोन टोकं जोडायची आहेत. त्या झाडाच्या बुंध्याजवळ आपली रोड टॉप लेव्हल येईल," असे वाक्ये अनेक क्षेत्रीय अभियंत्यांनी माझ्या तोंडून ऐकली असतील. आश्चर्याची गोष्ट म्हणजे, या ठोकताळ्यांचा बऱ्याचदा जलीय गणितांनुसार खरे ठरण्याचा अनुभव आला आहे.तथापि, असे ठोकताळे मांडण्यासाठी डोळ्यांचा पुरेसा सराव असणे आवश्यक आहे. साडेचार वर्षे संकल्पचित्र विभाग, नाशिक पूल येथे कार्यरत असताना, वारंवार प्रस्तावित पुलांच्या स्थळी भेटी देण्यामुळे माझ्या डोळ्यांचा चांगलाच सराव झाला. अनुभवाच्या जोरावर, पुलांची अचूक अलाइनमेंट ठरवणे आणि निसर्गातील सूचनांचा अंदाज घेणे ही कौशल्ये आत्मसात करण्याचा मी नेहमीच प्रयत्न करतो, आणि या विद्या सतत संपन्न करण्याचा मानस माझ्या मनात आहे.

पाया

पुलाचा सर्वसाधारण आराखडा तयार करण्यासाठी एकदा का पूर पातळीवरून पुलाची उंची मिळाली की पुढची पायरी म्हणजे पुलाच्या घटकांचे आकार ठरविणे. पुलाचे घटक मुख्यतः तीन विभागांमध्ये विभागले जातात: पाया (Foundation), सबस्ट्रक्चर, आणि सुपरस्ट्रक्चर.

पाया (Foundation): पायाची रचना नदीपात्रातील खडकांचा प्रकार आणि त्याच्या खालील माती किंवा वाळूच्या खोलीवर अवलंबून असते. उदाहरणार्थ, कडक खडकांमध्ये खोल पायांची आवश्यकता नसते, परंतु माती किंवा वाळूच्या थरांमध्ये गडगडण्याची शक्यता असल्यामुळे खोलीत पायांची आवश्यकता असू शकते.

सबस्ट्रक्चर (Substructure): पायाच्या वरचा भाग, ज्यामध्ये स्तंभ, पिलर, किंवा ॲबटमेंट्स असतात. हे घटक पुलाच्या संपूर्ण वजनाचे समर्थन करतात आणि भार पायावर स्थानांतरित करतात.

सुपरस्ट्रक्चर (Superstructure): हे घटक पुलाच्या डेक आणि वाहतूक वाहक यंत्रणा समाविष्ट करतात. पुलाच्या वाहतुकीसाठी या घटकांचे महत्व असते कारण तेच मुख्य संरचना आहे जी वाहनांसाठी रस्ता तयार करते.

पायाचे म्हणजेच फाउंडेशनचे ओपन फाउंडेशन, राफ्ट फाउंडेशन, पाईल फाउंडेशन, वेल फाउंडेशन असे सामान्यतः प्रकार आढळतात.

पुलांच्या बाबतीत माझी रुची निर्माण करण्याचा पाया घातला तो पुलाच्या पायानंच. उन्हाळ्याच्या सुट्टीत मामाच्या गावी गेलो होतो, मामाचं गाव डोंगरावर, डोंगराच्या पायथ्याशी दक्षिणेस मढेदी नदी तर उत्तरेस दमण नदी वाहाते. या दोन नद्यांदरम्यान आमचा भटकंतीचा प्रदेश. असंच एकदा करवंदीच्या जाळीवर काळ्यागच्च गुच्छ्यावर ताव मारतांना अचानक काही शब्द कानी पडले -

"दोन आहेत, दोन, बारीकच."

मी व माझ्या मामाचा मुलगा भारत, खाणं सोडून हळूच करवंदीच्या जाळीखाली वाकून पाहू लागलो, अचानक चार मोठे पाय दिसले, त्यानं मला इशारा करताच आम्ही जोरात गावाकडे धूम ठोकली, गाव बरच लांब होतं पण बरंच लांब पळाल्यानंतर जेव्हा जवळपास कुणीच नव्हतं अशा मोकळ्या माळरानात जिथं दूरवर नजर जाईल अशा ठिकाणी आम्ही थांबलो.

ह्या प्रकारानं माझ्या प्रश्नांचा व त्याच्या उत्तरांचा कलगीतुरा सुरु झाला.

" आपण कहा पळलू?"

"आरं, धोरेकरी होतं, आपालं धरून नेतं."

"कहा?"

"आरं, पुलाची न्हाय त बंधारेंची कामा आसली का तेचे पायात पहिले आपासारखी लहान पोशा पुरत्याय मग काम सुरु करत्याय."

"पण तेनलं होसा करायची काय गरज? "

"पूल अन बंधारा टिकायलं"

पूल आणि बंधाऱ्यांच्या पायात नरबळीची गरज का भासते? या प्रश्नानं माझी बांधकाम शास्त्राबाबत उत्सुकता निर्माण केली.आता मात्र त्याच्या सांगण्यात काही तथ्य नव्हतं हे मला कळतं, पण त्याला समजाविण्याला आजही मी बऱ्याचदा असमर्थ ठरतो.

पुलांच्या बाबतीत मात्र महाराष्ट्र राज्य सोडले तर राफ्ट फाउंडेशन हा प्रकार इतर राज्यांमध्ये सहसा आढळत नाही. नंदुरबार जिल्ह्यात इकडून तिकडे जाताना कधी कधी गुजरात हद्द ओलांडावी लागते. एकदा असंच गुजरात हद्दीत भर पावसात एका चहाच्या टपरीवर गरम गरम गुळाच्या चहाचा आस्वाद घेताना नजीकच्या, एका पुलाच्या पायावर नजर पडली तिथे राफ्ट प्रकार वापरण्यात आला होता, कदाचित महाराष्ट्र राज्याच्या हद्दीलगतच असल्याने त्यांनीही तो प्रयोग म्हणून असावा, तो पुल सोडता इतर राज्यात राफ्ट पायाचा प्रकार माझ्या तरी पाहण्यात नाही. त्या मागचं नेमकं कारण काय याबाबतचा उल्लेख कुठेही अद्यापपावेतो माझ्या वाचण्यातही नाही.

तसा मीही या पाया प्रकाराशी फारसा सहमत नाही, किंबहुना बरेचसे राफ्ट पाया प्रकार तुटून पडल्याचं मी जळगाव जिल्ह्यात सुकी, मोर व गिरणा इत्यादी नदींवर तसेच नंदुरबार जिल्ह्यातील काही नद्यांवर पाहीलं आहे.

मोर नदीवरील पुलाचा दिलेल्या भेटीचा अनुभव खरोखरच लक्षात राहण्यासारखा व मजेशीर आहे. त्या पुलाचा पाया राफ्ट फाउंडेशनचा होता, आणि तिथे जाऊन पहाताच दिसलं की राफ्ट स्लॅबखालची वाळू आणि माती वाहून गेली होती. परिणामी, मध्यभागी पुलाला वाक आला होता, आणि त्यावरचा स्लॅब देखील खालच्या दिशेने वाकलेला स्पष्ट दिसत होता. पाणी राफ्ट स्लॅबवरून न वाहता, त्याच्याखालून वाहत होतं. दोन्ही कट ऑफ भिंती पडून गेलेल्या होत्या, आणि आतल्या स्टीलमुळे ताण धरून तो राफ्ट पुलाच्या दोन्ही काठांवर भार देऊन कसाबसा उभा होता.

माझ्या निरीक्षणात, मध्येच एखादी चारचाकी गाडी पुलावरून जाई, परंतु दुचाकीस्वार मात्र त्या पुलाचा नेहमीचाच वापर करताना दिसले. त्याचवेळी, पुलाच्या स्थितीची पाहणी करण्यासाठी आलेल्या आम्हा शासकीय अधिकाऱ्यांना पाहून एक दुचाकीस्वार माझ्याजवळ येऊन विचारलं,

"साहेब, मी या पुलावरून गाडी घेऊन गेलो तर हा पूल पडेल का?"

मी हसून त्याला विचारलं, "तुमचं वजन किती आहे?"

त्यांनी उत्तर दिलं, "साधारण 60 ते 65 किलो."

मी पुढे विचारलं, "आणि तुमच्या बाईकचं वजन?"

त्यांनी सांगितलं, "150 ते 200 किलो."

मी हसून त्यांना समजावलं,

"तुमचं आणि बाईकचं एकूण वजन 210 ते 265 किलो असेल, पण या पुलाचं स्वतःचं वजन 30 ते 40 टन आहे. त्याला पडायचं झालं,

तर तो स्वतःच्या वजनानेच पडेल. तुमच्या वजनानं त्याला काही फरक पडत नाही."

त्यावर तो माणूसही हसला आणि म्हणाला, "असा विचार कधी डोक्यातच आला नव्हता!"

अखेर, त्याचं एक निरीक्षण मला खूप महत्त्वाचं वाटलं. त्याने सांगितलं की, एकदा पुलाखालून वाहणाऱ्या पाण्यात मेलेली म्हैस वाहून गेली होती. त्यावरून, पुलाखाली किती मोठी पोकळी निर्माण झाली आहे, याची मला खरी प्रचिती आली. अशा परिस्थितीत, हा राफ्ट फाउंडेशन कितीसा सुरक्षित आहे, यावर पुन्हा विचार करणं गरजेचं वाटलं.

एका दुसऱ्या दुचाकीस्वाराने सांगितलं की, त्या राफ्ट स्लॅबच्या खालून ट्रॅक्टर जात असल्याचं त्याने पाहिलं होतं. हे ऐकल्यावर मला थोडं आश्चर्य वाटलं. पुलाखाली नदीच्या प्रवाहामुळे मोठा खड्डा पडला होता, त्यामुळे ट्रॅक्टर त्यातून जाणं शक्यच नव्हतं. त्या खड्याच्या आसपासचा भाग ३ ते ४ मीटर उंच होता, त्यामुळे ट्रॅक्टर चालकाने पुलाखालून जाऊन, वाळूच्या खड्यातून चढून पुढे जाण्याचा विचारही केला नसेल. पण काही लोकांना गोष्टी वाढवून सांगायची सवय असते, आणि या दुचाकीस्वाराचं बोलणं तसंच वाटलं.त्याचं खोटं सांगणं लक्षात येताच, मी त्याच्याकडे दुर्लक्ष करून पुलाचं आणि नदीचं निरीक्षण सुरू ठेवलं. गिरणा नदीवरील पुलाच्या बाबतीत, मी पूर्वी असं ऐकलं होतं की, राफ्ट फाउंडेशनखालून एका म्हशीचं पिल्लू तिच्या आईकडे चालून गेलं होतं. हे दृश्यही पुलाच्या पायावर प्रश्नचिन्ह निर्माण करणारं होतं.

माझा राफ्ट फाउंडेशनच्या वापराविरुद्धचा विरोध तांत्रिक बाबींवर आधारित आहे. पहिली गोष्ट म्हणजे, नदीतील वाळू, दगड,

आणि गोटे हे पुलाच्या खालील बाजूस वाहून जात नाहीत, ते पुलाच्या राफ्ट स्लॅबच्या उंचीपर्यंत जाऊन तिथेच अडकतात. पण पुलाच्या खालच्या बाजूस असलेली वाळू आणि दगड व गोटे मात्र वर्षानुवर्षे नदीच्या खालील बाजूस प्रवास सुरू ठेवतात परिणामी पुलाच्या खालील बाजूस व पुलाच्या वरील बाजूस नदीपात्राच्या पातळीत फार फरक पडतो परिणामी राफ्ट वरून पडणाऱ्या पाण्याला लहान धबधब्याचे स्वरूप यायला लागतं आणि पुलाच्या खालील बाजूस लागूनच असलेल्या पात्रात मोठा खड्डा पडतो.

एकदा का पुलाखालील खड्ड्याची खोली कटऑफ (Cut-off) भिंतीच्या खाली गेली, की राफ्ट स्लॅबखालील वाळू, माती, दगड, आणि गोटे बाहेर पडायला सुरुवात होते. परिणामी, पुलाला आधार देणारा पाया कमकुवत होतो आणि पूल खचायला लागतो. माझा राफ्ट फाउंडेशनच्या या तांत्रिक समस्यांवर कायमचा विरोध आहे, मात्र काही सुधारणा केल्यास तो विरोध दूर होईल.

या सुधारणा अशा असू शकतात:

पाईपिंग सिस्टीम: अपस्ट्रीम कटऑफ ते डाउनस्ट्रीम कटऑफपर्यंत नदीला समांतर असणारे 900 ते 1200 मिमी व्यासाचे पाईप टाकावेत. या पाईपांना कटऑफच्या उंचीनुसार शक्य तितका उतार द्यावा. यामुळे पुलाच्या वरील बाजूसून खालच्या बाजूस वाळू, माती, दगड, आणि गोटे सहजपणे वाहून जातील, ज्यामुळे पुलाच्या वरील व खालील बाजूस नदीपात्राच्या पातळीत फारसा फरक पडणार नाही.

Ogee स्पिलवेसारखा आकार: पुलाच्या खालील बाजूकडील कटऑफ भिंतीला Ogee स्पिलवेच्या आकारासारखा बनवावा. यामुळे

पाणी धबधब्यासारखं न वाहता व्यवस्थितपणे खाली उतरेल, आणि पुलाच्या नजीकचा खड्डा तयार होण्याचं टाळता येईल.

मी जळगाव जिल्ह्यात याच्याशी मिळतंजुळतं एक प्रात्यक्षिक पाहिलं होतं. तिथं पुलाच्या खालील बाजूस कटऑफ भिंतीला एक विशिष्ट उतार दिला होता आणि दगडांची पिचिंग करण्यात आली होती. त्यामुळे पाण्याचा धबधब्याचा परिणाम कमी झाला होता. मात्र, जेव्हा नदीपात्राची पातळी खाली जाऊ लागली, तेव्हा ती पिचिंग पडण्याची भीती निर्माण झाली. यासाठी, नदीच्या पातळीला कमी होऊ न देण्यासाठी पाईप टाकणं आवश्यक वाटतं.

संकल्पचित्र विभागात असताना मी ही संकल्पना अनेकदा मांडली होती, परंतु प्रत्यक्षात ती कुठेच वापरली गेली नाही. कोटी किमतीच्या पुलांच्या बाबतीत, एका नवख्या अभियंत्याचं ऐकून कोणीही प्रयोग करण्यास तयार होत नाही, आणि म्हणूनच या संकल्पनेचं यश मला सिद्ध करता आलं नाही. पण मला खात्री आहे, की या सुधारणा राफ्ट फाउंडेशनच्या समस्यांना निश्चितच कमी करू शकतात.

ओपन प्रकारचा पाया हा सर्वांच्या आवडीचा आहे. कारण एकतर तो नेहमीच्या वापरातला आहे, आणि दुसरं म्हणजे काम करायला इतर प्रकारांपेक्षा सोपा आणि किंमतही कमी आहे. खडकात ०.६ ते १.५ मीटर खोल गेलं, तर या पायाबाबत कुठलीच समस्या साधारणपणे आढळलेली नाही, माझ्या अनुभवात तरी नाही.

हा प्रकार फक्त त्याच भागात वापरावा जिथे खडक नदीपात्रातील वाळू किंवा मातीच्या ० ते ५ मीटर खोलीच्या अंतरावर उपलब्ध असेल. अन्यथा, हा प्रकार महागडा आणि काम करायला त्रासदायक ठरू शकतो. खड्ड्यातून पाणी उपसणं तितकं सोपं नाही, विशेषतः जेव्हा असं काम एखाद्या धरणाच्या साठ्याजवळ करावं लागतं, तेव्हा ते जवळपास अशक्य वाटतं. कॉफरडॅम पद्धतीने हे काम करता येईल, पण तो फार महागडा पर्याय आहे. यासाठी संबंधित क्षेत्रीय अधिकाऱ्याने पाणी उपसा आणि कॉफरडॅम यांची अंदाजपत्रकात योग्य तरतूद घेतली तरच ते शक्य आहे. तसेच पाणी उपसणं, कॉफरडॅम संरचना, आणि खड्ड्यात पाणी झिरपण्याची क्षमता यांचा आवश्यक तितका अभ्यास असणे गरजेचे आहे. अन्यथा, अंदाजपत्रक चुकण्याची शक्यता वाढते.

गोदावरी नदीवर महिरावणीपासून काही अंतरावरच गंगापूर धरणाच्या बॅकवॉटरमध्ये, महिरावणीपासून गिरणारेकडे जाणाऱ्या रस्त्यावर एक पूल प्रस्तावित होता. सर्वेक्षण झालं होतं, आणि मी व आमचे कार्यकारी अभियंता श्री. बाविस्कर साहेब, दोघेही क्षेत्रीय

अधिकाऱ्यांसोबत स्थळावर पोहोचलो. गंगापूर धरणाचं पसरलेलं पाणी सूर्यप्रकाशात चमकत होतं, आणि त्या चमकत्या पाण्यात लहान लहान लाटा झोपाळ्यासारख्या हलत होत्या. ह्या लाटा समुद्राच्या लाटांसारख्या उंच होऊन किनाऱ्याकडे येऊन आदळत नव्हत्या; त्या फक्त एका ठिकाणी वर-खाली होत असल्यासारख्या दिसत होत्या. नदी आणि धरणाचं पाणी जिथे एकत्र येत होतं, तिथेच अस्तित्वात असलेला एक पूल होता. एकावेळी एकच गाडी जाऊ शकेल असा 4.25 मीटर रुंदीचा दगडी अंत्यपाद व मध्यपाद असलेला तो पूल बहुदा ४० ते ५० वर्षांचा असावा. कारण १९९० नंतर तोडीचं बांधकाम करणारे कारागीर कमी झाले, आणि कॉंक्रीटसारखं वापरण्यास सोपं असलेलं मटेरियल उपलब्ध झाल्याने नंतरच्या काळात दगडी बांधकाम कमी झालं.

दगडी पूल पाहायला आकर्षक असतात आणि दीर्घकाळ टिकतात, पण त्यांच्या आत फक्त डेब्रिस असतं. एखादी खांडकी निसटली की ते सहज दिसून येऊ लागतं. नदी प्रवाहाच्या ठिकाणी, बऱ्याचदा या तोडीच्या खांडक्यांमधून पॉइंटिंग माती आणि वाळू मिश्रित पाण्याच्या प्रवाहामुळे घासलं जातं. दगड, गोटे, किंवा ओंडके येऊन आदळतात, आणि खांडक्या एकमेकांपासून वेगळ्या होतात. योग्य वेळी दखल घेतली, तर अपघात टाळता येतात, आणि पूलही दीर्घकाळ टिकवता येतात.

अस्तित्वातील पुलाचं निरीक्षण केल्यानंतर, गाड्यांच्या वाहतुकीला अडथळा न येईल आणि जागेची उपलब्धता लक्षात घेऊन, पुलाची जागा निश्चित करण्याचं ठरलं. सुरुवातीला, या पुलाच्या खालच्या बाजूस, जिथे खडक सहज उपलब्ध होता, तिथेच ठरवण्यात आलं होतं. परंतु, उजव्या बाजूच्या शेतकऱ्याने विरोध केल्यामुळे, तिथे बांधकाम

करणं शक्य झालं नाही. अखेरीस, नवीन जागा ही अस्तित्वातील पुलाच्या नजीकच, पण वरच्या बाजूस निश्चित करण्यात आली.

पुलाचा सर्वसाधारण आराखडा तयार करण्यात आला, आणि मंडळाच्या अधीक्षक अभियंत्यांनी तो मंजूरही केला. त्यानंतर, अंदाजपत्रक सादर करून त्याची तांत्रिक मान्यता मिळवली आणि निविदा प्रक्रिया सुरू झाली. एका ठेकेदाराने संकल्पचित्र विभागाचे नकाशे पाहून, संकल्पचित्र कार्यालयात पुलाबाबत चौकशी करण्यासाठी भेट दिली.

मी सदर पुलाची स्थळ पाहणी केली होती, परंतु माझ्या बदलीमुळे त्याचा सर्वसाधारण आराखडा तयार करणं माझ्या नशिबात नव्हतं. त्याच ठेकेदाराने माझ्या नवीन कार्यालयात पुलासंबंधी चौकशी केली. ठेकेदार तरुण होता, आणि तो नवीन कंत्राटदार असल्यामुळे त्याला इतर कंत्राटदारांपेक्षा कमी अनुभव होता. त्यामुळे, त्याने सर्व गोष्टी काळजीपूर्वक अभ्यासून निर्णय घेत असावा असं मला वाटलं. मी त्याला धरणाचं बॅकवॉटर, पायाचं खोदकाम, पाणी उपसा, आणि त्याला लागणारी किंमत याबाबत समजावून सांगितलं. त्याने निविदेचं शेड्यूल बी तपासून, माझ्या म्हणण्याप्रमाणे अंदाजपत्रक तयार केलं आणि निविदा त्यानुसार अंदाजपत्रकीय दरापेक्षा अबजवून भरली. साहजिकच, त्याला ते काम मिळालं नाही. परंतु, ज्यांना ते काम मिळालं, त्यांनाही ते परवडलं नाही, असं मला नंतर समजलं. यावरून, पाया प्रकार ठरवताना लागणारी किंमत किती महत्त्वाची असते, हे लक्षात आलं.

बुडीत क्षेत्र व्यतिरिक्त इतर भागात मात्र ओपन पाया प्रकार इतर पाया प्रकारांपेक्षा परवडतो. बुडीत क्षेत्रात जर प्रत्येकी फुटिंगसाठी इतका आटापिटा असेल, तर विचार करा—राफ्ट तर संपूर्ण पुलाच्या

लांबीइतका असतो. याचा अर्थ असा की, बुडीत क्षेत्रात राफ्ट पाया प्रकार कधीच देऊ नये. अशा वेळी, शक्य असेल तर अभ्यासपूर्ण अंदाजपत्रक तयार करून, ओपन फाइल अथवा वेल पाया प्रकार निवडावा.

"ओपन" आणि "राफ्ट" हे उथळ पाया प्रकारात मोडतात, तर "पाइल" आणि "वेल" हे खोल पाया प्रकारात मोडतात. जिथे खडक नदीपात्रात खूप खोलवर आहे, तिथे या खोल पाया प्रकारांचा वापर केला जातो. तापी, वैनगंगा, पैनगंगा, गोदावरी यांसारख्या मोठ्या नद्यांवर पाइल आणि वेलचा वापर मोठ्या प्रमाणात आढळतो. तापी नदीवर पाडळसरे धरणाच्या बुडीत क्षेत्रावरून जाणारा जळगाव- खेडीभोकर-चोपडा या रस्त्यावर एक पूल प्रस्तावित करण्यात आला होता, हा मार्ग जळगावला चोपडा आणि धरणगाव तालुक्यांना जोडणारा जवळचा मार्ग होता.

उन्हाळ्यात तापी नदीवर खेडीभोकर या ठिकाणीं तात्पुरता पूल बांधून त्याचा वापर केला जात असे. मात्र पावसाळ्यात, हा पूल काढून टाकला जाईल, आणि त्या रस्त्यावर वाहतूक बंद ठेवली जाईल. पाडळसरे प्रकल्प हा जलसंधारण विभागाचा होता, तसेच त्या प्रकल्पात या पुलाचाही समावेश करण्यात आला होता. पुलाची उंची, नदीपात्रात ४० ते ५० मीटर खोलीवर उपलब्ध असलेला खडक, आणि तोही अत्यंत जर्जर परिस्थितील असल्यामुळे, जलसंधारण विभागाच्या अभियंत्यांना पुलाच्या बाबतीत तांत्रिक निर्णय घेण्याचं धाडस होत नव्हतं. सार्वजनिक बांधकाम विभागात पुलांच्या संकल्पनेविषयी अधिक अनुभव असल्याने, हा प्रकल्प सार्वजनिक बांधकाम विभागाकडे सोपवावा, असा निर्णय जलसंधारण विभागाने घेतला. जसजसे जलसंधारण विभागात अधिकारी

बदलत गेले तसतसा हा पूल जलसंधारण आणि सार्वजनिक बांधकाम विभाग यांच्यामध्ये इकडून तिकडे असा खेळत राहिला. कारण निधी जलसंधारण विभागाचा होता, आणि कार्यान्वयन सार्वजनिक बांधकाम विभागाचं होतं. अखेरीस, हा पूल सार्वजनिक बांधकाम विभागाकडे बांधण्यासाठी हस्तांतरित करण्यात आला.

पुलाची उंची नदीपात्रापासून ३० ते ३५ मीटर होती, आणि खडक नदीपात्रापासून ४० ते ५० मीटर खोलवर होता. तो खडकही अत्यंत जर्जर अवस्थेत असल्यामुळे, फ्रिक्शन पाइल सारख्या पाया प्रकाराचा वापर करण्यात आला. बुडीत क्षेत्रातही प्लॅटफॉर्म बांधून पाइल पाया प्रकाराचं काम करता येणं शक्य होतं, परंतु प्लॅटफॉर्म एका ठिकाणाहून दुसरीकडे हलवण्यासाठी अंदाजपत्रकात तरतूद करणं गरजेचं होतं. हा पाया प्रकार जमिनीखाली असल्यामुळे, कॉन्क्रीटीकरण योग्य झालंय की नाही, याची शाश्वती देता येत नाही. सध्या पाइल इंटिग्रिटी टेस्टचा वापर करून कॉन्क्रीटीकरण योग्य प्रकारे झाल्याचं मानलं जातं.

कोकणातील बाणकोट येथे पुलाच्या पाइल फाउंडेशनचं काम चालू असताना, फाइल इंटिग्रिटी टेस्ट प्रत्यक्ष पाहण्याची संधी मिळाली होती. पाइलिंगसाठी प्लॅटफॉर्म तयार करण्यात आला होता. आम्हा प्रशिक्षणार्थ्यांना बोटीद्वारे त्या प्लॅटफॉर्मवर नेण्यात आलं. आधीच पोहता येत नव्हतं, त्यात पाणी खोल असल्यामुळे मी फारच काळजीपूर्वक पाऊल टाकत होतो. परंतु, एक कामगार प्लॅटफॉर्मच्या बाहेर आलेल्या एका लहान आय-सेक्शनवर बसून बीडी पीत होता. वारंवार अशा ठिकाणी काम केल्यामुळे, खोल पाण्याची भीती त्याला राहिली नसावी.

आम्ही मात्र फाइल इंटिग्रिटी टेस्ट पाहिली, समजून घेतली, आणि पुन्हा बोटीमध्ये बसून किनाऱ्यावर आलो.

कोरड्या जमिनीवर आणि जमिनीखाली एकसंध व मजबूत खडक असलेल्या ठिकाणी पाईल पाया प्रकाराचं काम वरील नमूद केलेल्या परिस्थितीपेक्षा सोपं असतं. वेल पाया प्रकार (Well Foundation) हा फार वेळ घेणारा व खर्चिक असल्याने, फार मोठ्या पुलांशिवाय याचा वापर क्वचितच केला जातो. आणि आता, पाईल पाया प्रकारात (Pile Foundation) जसजसा अद्ययावत मशीनचा वापर होत आहे, तसतसा वेल पाया प्रकाराचा वापर नामशेष होत आहे.

काही अनुभव सांगताना, मला जाणवतं की प्रत्येक पुलाचं आयुष्य त्या पायाभरणीतच लपलेलं असतं. जरी वेल पाया नामशेष होत चालला असला, तरी त्याचं महत्त्व, भव्यता आणि इतिहास मला नेहमीच विस्मयचकित करत राहील.

वेल पाया प्रकारात संपूर्ण वेल, स्टेनिंग भिंत आणि केरब भिंत डोळ्यासमोर दिसत असल्यामुळे त्याच्या गुणवत्तेबाबत शाश्वती देता येते. तसेच, कटिंग एज ज्या खडकावर ठेवली जाते, तो खडक स्वतः डोळ्यांनी पाहूनच निवडला जात असल्याने गुणवत्ता व शाश्वती दोन्ही मिळतात. एखादं मातीचं बेट तयार करून त्यात ती वेल रुतवण्याचं प्रत्यक्ष अनुभवाचं सौभाग्य मला मिळालं नाही. किंबहुना, त्याची मनाला खंतही फार वाटते. मात्र, यूट्यूबवर त्याचे व्हिडिओ पाहायला मिळतात. आजच्या आधुनिक युगात प्रत्यक्ष अनुभव नसला तरी, अप्रत्यक्षरीत्या तो अनुभवता येतो.

सारंगखेडा गावाजवळ तापी नदीवरील सारंगखेडा बॅरेजपासून ऐंशी ते शंभर मीटर अंतरावरच एक वेल फाउंडेशन पाया असलेला पूल आहे. दुर्दैवाने, धरणाचं पाणी डाव्या बाजूच्या ठराविक दरवाजातून सोडल्याने, जास्तीत जास्त पाणी पुलाच्या डाव्या अंत्यपदाजवळून वाहतं. यामुळे, डबल टवीन सर्क्युलर वेल सुमारे सहा ते सात मीटर इतकी खोल उघडी पडली होती. त्याला नदीच्या खालील बाजूस होणारा बेसुमार वाळू उपसाही तितकाच जबाबदार होता. इतका अजस्त्र पाया मी पहिल्यांदा डोळ्यांनी पाहिला होता. जणू काही इतिहासाच्या पानांमधूनच उचलून आणलेला तो धीरगंभीर रक्षकच वाटत होता. त्या क्षणी, पुलाला कोणताही धोका नाही असं माझ्या मनाने मला सांगितलं. पण जेव्हा वेलच्या मोकळ्या जागेतून माती बाहेर पडताना दिसली आणि भराव खचत चालल्याचं जाणवलं, तेव्हा माझ्या मनात शंकेची पाल चुकचुकली.

सहा ते सात मीटर उघड पडूनसुद्धा वेल फाउंडेशन पाया प्रकारामुळे पूल कसा सुस्थितीत राहू शकतो, हे पाहून मला या पाया प्रकाराबद्दल विशेष आदर वाटला. फक्त एवढंच की हा पाया प्रकार

फार वेळ घेणारा असून इतर पाया प्रकारांच्या मानाने अधिक खर्चिक आहे.

पाईल (Pile) पाया प्रकारात जशी पाईल कॅप असते, तशी वेल पाया प्रकारात वेलकॅप असते, तीही तितकीच अजस्त्र. एमपीएससी मार्फत सहाय्यक अभियंता श्रेणी एक या पदावर नेमणूक झाल्यानंतर, आमचं एक वर्ष महाराष्ट्र अभियांत्रिकी प्रशिक्षण प्रबोधिनी नाशिक येथे प्रशिक्षण चालू होतं. यादरम्यान, बऱ्याचशा क्षेत्रीय भेटी आयोजित करण्यात आल्या होत्या. त्यात कोकणातील पुलांची भेट अविस्मरणीय होती. महाड येथील सावित्री नदीवर अवघ्या सहा महिन्यात बांधण्यात आलेला पूल, बाणकोट येथील खाडीवर बांधण्यात येत असलेला पूल, आणि देवगड येथील देवगड नदीच्या मुखाशी बांधलेला तारामुंबरी पूल यांचा समावेश होता. देवगड येथील वेलकॅपवर मी माकडासारखा लटकून वर चढून गेलो होतो. तिथे मध्यपाद हा वेलकॅपवर इसेंट्रीक असल्याचं सांगितलं होतं. फावल्या वेळेत चित्र काढायची सवय असल्याने, माझी अवलोकनशक्ती निसर्गतः वाढली होती.

वेल (Well) पाया प्रकार जरी मोठा दिसत असला तरी, आतून मात्र तो पोकळ असतो. त्यात वाळू अथवा वाळूसारखी माती भरलेली असते. त्यावर एक आधार संरचना उभारली जाते, जी आतच सोडून देता येते (Sacrificial Scaffolding), आणि वरून वेलकॅप काँक्रीटने तयार केली जाते. अर्थातच, हा वाळूचा भराव बॉयंसी परिणाम कमी करायला मदत करतो, नाहीतर आतील अडकलेल्या हवेने आणि बाहेरून सर्वत्र असलेल्या पाण्याने वेल कोलमडू शकतो.

सायखेडा येथील गोदावरी नदीवरील पुलाच्या बाबतीत वेलमधील वाळू कटिंग एज आणि खडक यामधील पोकळीतून निघून

गेल्याचं, आणि त्या पोकळीतून माणूसही आत शिरू शकतो, हे एका व्हिडिओमधून समजलं. प्रत्यक्ष भेटीदरम्यान, नदीला फारसं पाणी नव्हतं, त्यामुळे वेलच्या संपूर्ण उंचीवर पाणी नसल्यामुळे हवेची पोकळी फारसा परिणाम करत नव्हती. बॉयंसी भार फक्त पाण्यात बुडालेल्या काँक्रीटच्या स्टेनिंग वॉल आणि लोखंडाच्या कटिंग एजमुळे होतं. अर्थातच, या पदार्थांची घनता पाण्यापेक्षा अधिक असल्याने कोलमडण्याचा धोका कमी वाटत होता. पण एकंदरीत, वेलचं वजन मात्र वाळू निघून गेल्यामुळे कमी झालं होतं. पुलाच्या संकल्पनेच्या वेळी विचारात घेतलेल्या वजनापेक्षा जर ते कमी झालं, तर पुलाच्या स्थिरतेवर नक्कीच त्याचा परिणाम होऊ शकतो. याबाबतीत पाईल पाया मजबूत आणि संख्येने अधिक असल्यामुळे वेलच्या तुलनेत सरस ठरतात.

पुलाचा सर्वसाधारण आराखडा (GAD) तयार करताना अनेक घटकांचा विचार करावा लागतो. पायाची मापन ठरवितांना मात्र ठोकताळ्यांचा वापर केला जात नाही; त्याला आवश्यक ती गणितके करूनच ठरवावी लागतात. ओपन फाउंडेशन बांधण्यासाठी जरी सर्वात सोपा प्रकार वाटत असला तरी गणितके करण्यासाठी अत्यंत कठीण असतात.

फुटींगच्या स्थिरतेसाठी सामान्यतः चार प्रकारच्या तपासण्या केल्या जातात:

1) एरिया अंडर टेन्शन (AUT)

2) रिडिस्ट्रीब्यूटेड प्रेशर (Redistributed P)

3) फॅक्टर ऑफ सेफ्टी अगेन्स्ट स्लाइडिंग (FOS SLIDING)

4) फॅक्टर ऑफ सेफ्टी अगेन्स्ट ओव्हरटर्निंग (FOS OVERTURNING)

या सर्व तपासण्या विविध लोडिंग परिस्थितींसाठी म्हणजेच भारासाठी तपासल्या जातात. यामध्ये उच्चतम पूर पातळी, भूकंपाचा विचार न करता, सामान्य पूर पातळी, आणि भूकंपाचा परिणाम धरून, मध्यम पायाच्या दोन्ही बाजूंवर उपस्थित असताना, एका बाजूवर उपस्थित असताना, आणि दोन्ही बाजूंच्या अनुपस्थितीत अशा वेगवेगळ्या संभावना लक्षात घेऊन गणितके केली जातात.

ॲक्षीयल लोड प्लस बायॲक्षीयल बेंडिंग (Axial Load with Biaxial Bending) ला निर्माण होणाऱ्या न्यूट्रल ॲक्सिसच्या जागा व कोणा नुसार फुटींच्या सेक्शनल प्रॉपर्टीज काढल्या जातात त्यात खालील आलेखात दाखविल्याप्रमाणे शक्यता आहेत.

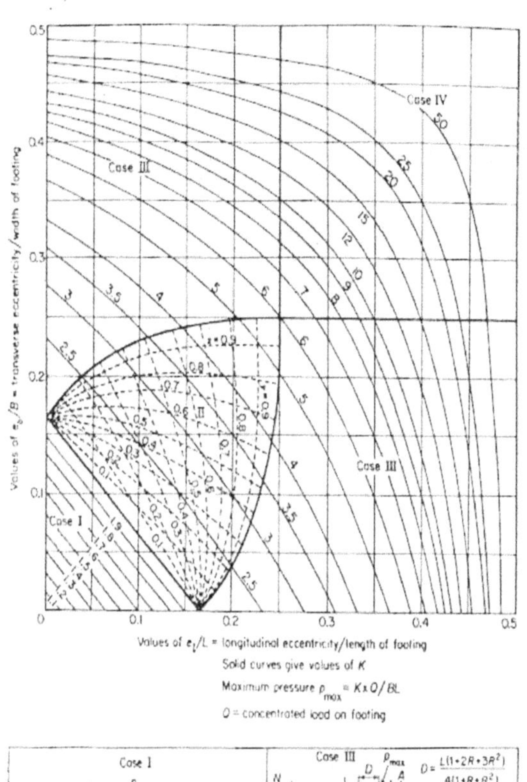

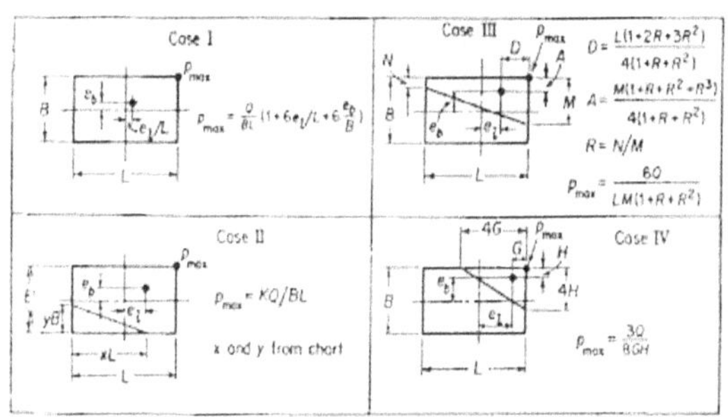

(d) Rectangular footing, double eccentricity.

पश्चिम बंगालमधील अधीक्षक अभियंता श्री सरकार यांनी त्यांच्या लेखात पाचही केस आणि त्या सूत्रांची प्रमेयासह स्पष्टीकरण दिले आहे, ज्यामुळे त्यांच्या या विषयाबद्दलच्या खोल अभ्यासाचे प्रमाण

स्पष्टपणे दिसून येते. श्री सरकार यांच्या कामात तंतोतंत गणिती सूत्रे आणि प्रमेयांची गहन तपासणी करण्यात आली आहे, जे त्यांच्या संशोधनाची गुणवत्ता आणि कौशल्य दर्शवते.

मी त्यांच्या लेखासह, चीनी लेखक लू शेन हट आणि वाचनालयात उपलब्ध असलेल्या W. C. Teng यांच्या आलेखांचा देखील संदर्भ घेतला आहे. वरील पाच प्रकारांपैकी आपला पाया कोणत्या प्रकारात गेला हे प्रारंभिकपणे ओळखणे जरी कठीण असले तरी त्यानुसार आवश्यक असलेली इतर गणिते करणे अनिवार्य आहे.

संकल्पचित्र विभाग (पुल) नाशिक येथे कार्यरत असताना, आम्ही STAB98D या 32-बिटच्या कम्प्युटरवर चालणाऱ्या सॉफ्टवेअरचा वापर करत होतो. STAB98 ची ही सुधारित आवृत्ती असून, यातील फरक इतकाच की फुटींचा आकार कमी करण्यासाठी दिलेल्या एसेंट्रीसिटीमुळे कधी कधी निगेटिव्ह मोमेंट्स येतात. STAB98 या सॉफ्टवेअरमध्ये निगेटिव्ह मोमेंट्सचा विचार घेत नसल्यामुळे अपेक्षित असलेल्या चार तपासणींचे आकडे उपलब्ध होत नाहीत. तथापि, STAB98D या नवीन आवृत्तीत या समस्या सोडविली आहे.

पूर्वी, पूलांच्या मापांची माहिती पुरवणारी इनपुट फाईल टेक्स्ट फाईल असायची, ज्यात माहिती हाताने टाईप करून भरली जाईची, ज्याला बराच वेळ लागायचा. मी इनपुट डेटा जलीय गणिताच्या एक्सेलमध्येच तयार करून लगेचच टेक्स्ट फाईलमध्ये कॉपी आणि पेस्ट करता येईल, असा उपाय केला. यामुळे पुलाच्या पायाच्या आणि मध्यमपदाची स्थिरतेची गणिते करण्याचा वेग लक्षणीयरीत्या वाढला.

एकदा का स्थिरते संबंधीची व मध्यपादाच्या भार वाहन क्षमतेची गणितंके झाली की त्या मापांवरून पुलाचा सर्वसाधारण आराखडा तयार करण्याचा जी.एलएसपी (g.lsp) हा लिस्प या संगणकाच्या भाषेतील कोड होता त्याच्याही इनपुट फाईल संबंधीची परिस्थिती तीच होती जी स्थिरतेच्या संबंधीच्या सॉफ्टवेअर संबंधीची होती परंतु त्यात जसे बदल करून लागणारा वेळ कमी केला त्याचप्रमाणे पुलाच्या सर्वसाधारण आराखडा साठी देखील लागणारा वेळ कमी केला पुलाच्या सर्वसाधारण आराखडा बऱ्यापैकी तयार होत असे फक्त अडीच पट मोठे सेक्शन काढलेल्या अंत्यपाद, मध्यपाद व रिटर्न्स यांना मापे द्यावी लागत व उर्वरित रंगरंगोटी करावी लागे.

अंत्यपाद व मध्यपाद तस पाहता दोघांचं काम बहुतांशी सारखच, पण अंत्यपादावर एकच स्लॅब असतो याउलट मध्यपादावर दोन्ही दिशेने स्लॅब असतात त्यानं ते एकमेकांमुळे येणारी overturning moment नष्ट करतात. तसच अंत्यपादावर मागील भरावाचा देखील भार असतो त्यामूळे अंत्यपाद हा मध्यपादापेक्षा अधिक क्षमतेचा द्यावा लागतो.

या वाढलेल्या वेगामुळे आम्ही नाबार्डचे पाच जिल्ह्यातील मंजूर पूल जलीय गणितके व संकल्पचित्र नकाशांसह अवघ्या तीन दिवसात संपवू शकलो. त्याबाबत तत्कालीन मुख्य अभियंता सार्वजनिक बांधकाम प्रादेशिक विभाग नाशिक श्री. एच. एस. पगारे साहेब यांनी, आम्ही फार कमी वेळेत नाबार्ड योजनेंतर्गत पुलांसाठी पुलाचे सर्वसाधारण आराखडे (GAD) तयार करून दिल्याने आम्हाला प्रशस्तीपत्र दिलं होतं विशेष म्हणजे ते प्रशस्तीपत्रक अचानक एके दिवशी आमच्या नकळत आमच्या कार्यालयात पोचती करण्यात आली होती. आपण करत असलेल्या कामाची कोणीतरी वरीष्ठ स्तरावर दखल घेत असल्यानं मनाला फार समाधान मिळालं.

सबस्ट्रक्चर

पुलाच्या पायाप्रमाणेच अंत्यपाद व मध्यपाद हे देखील महत्त्वाचे घटक. त्याचही संकल्पन करावं लागतं तेही जवळपास त्याच पद्धतीने. त्यातही पीसीसी व आरसीसी हे प्रामुख्याने वापरण्यात येणाऱ्या पदार्थानुसार प्रकार पडतात. जुन्याकाळी पीसीसी व दगडी अंत्यपाद व मध्यपाद यांचा छोट्या पूलांसाठी मोठ्या प्रमाणावर वापर होई. आजतागायतही ते पूल सुस्थितीत आढळून येतात.

ईगतपूरीहून कसारा येथे रेल्वेमार्गाने जातांना खोडाळ्याकडच्या निसर्गरम्य परिसरासोबतच काळेकुचाट बसाल्ट खडकाचे, सभोवतालच्या काळाकुट्ट अंधार असलेल्या आगगाडीच्या बोगद्यांच्या डोंगरांशी एकरूप झालेले अत्यंत बारीक कोरीव काम केलेल्या तोडीच्या दगडांचे रेखीव अंत्यपाद व मध्यपाद फार सुरेख दिसतात. खरं पाहता ईगतपूरी ते कसारा ह्यातील उंचीच्या फरकामुळे जो उतार आहे त्यामुळे काही प्रमाणात जाणारा आडवा भार येणाऱ्या आगगाडीच्या व रुळांच्या उभ्या भाराचे ओझे समर्थपणे पेलले आहे. ह्या भागात आगगाडी ब्रेकचा वापर मोठ्या प्रमाणावर करत असल्यानं लोखंडी चाकं आणि लोखंडी रूळ यातील घर्षणानं होणारा "कर्र्र्र्र... कर्र्र्र्र" असा फार कर्कश आवाज कानांना भंडावून सोडतो. त्यानं खिडकीबाहेर पाहण्याच्या आकर्षणाला जे ग्रहण लागतं ते या अप्रतिम अभियांत्रिकीच्या नमुन्याला ग्रासून टाकतं, तरी अपवाद त्यालादेखील आहेतच म्हणून तर काही वेळेस त्या पुलांची फार सुरेख वर्णनं कानी पडतात न्हाहीतर खिडकीतून ती नजरेस पडल्याशिवाय डोकावण्याची उत्सुकता जात नाही मग आपलेच कान आपल्याशी कितीही तक्रार का न करोत.

३० मीटर लांबीवरील पूलांसाठी अलीकडच्या काळात आर.सी.सी. (RCC) चा वापर सुरू करण्यात आला आहे. त्यान कॉँक्रिटच्या वापरात बऱ्याच प्रमाणात जरी घट झाली असली तरी येणाऱ्या काळात त्यांच्या गुणवत्ते बाबतचे चित्र स्पष्ट होईल. जिथं खडक फार खोलीवर उपलब्ध होतो अशा ठिकाणी "C " प्रकारचे अंत्यपाद देण्याची सुरवात केली आहे, त्यात स्टील बांधणं एकतर जिकरीचं त्यात त्याला लागणारं कॉन्क्रीटचं परिमाणही खूप साहजिकच पाया राफ्ट प्रकारचा न्हाहीतर " Cantilever अंत्यपाद " जो की Open पायाप्रकार. या व्यतिरिक्त " Spill through Abutment ", " R.E. wall Abutment ", "Portal Frame “, CSP Arch Bridge असे प्रकार प्रचलित झालेत.

मी दिल्लीला प्रशिक्षणासाठी गेलो असता एका प्रशिक्षणार्थ्यांने प्रश्न विचारला,

"R.E. wall" को अगर नदी मे Abutment जैसे बनाकर उसपर " Girder " रखे तो Girder, End support उपर नीचे हुए है ऐसे design करणा जरुरी हे क्या?

प्रशिक्षक म्हणाले, " जरुरी तो है "

मी मधीच लहान तोंडी मोठा घास घेत हसत म्हणालो, " सर abutment Bottom से Scour हो गया तो वैसे design करके भी कुछ फायदा नही होगा "

त्यांनी संकल्पना मांडताना हे विचारात घेतलं नसल्याचं सांगितल्यानंतर मला मात्र मोठा धक्का बसला, आणि माझ्या या वाक्यानं आता त्यांना, तोही दणकेबाज. त्याचा दणका लागलीच फोनवरून संबधीत प्रकल्पावर, मोबाईलचा इतका दणकेबाज वापर पहिल्यांदाच माझ्या पाहण्यात आला.

Portal Frame च्या बाबतीत अंत्यपाद स्लॅबशी एकसंध असतो, त्यानं वाढलेल्या तापमानामुळं स्लॅबचं जे प्रसरण होतं त्यामुळं मागील भरावावरचा Passive Pressure कार्यान्वित होतो. तो किती प्रमाणात होतो ते काढून त्यानुसार Passive Pressure निर्देशांक काढला जातो, गाडीच्या ठिकाणात आपण जेवढं अंतर कमी ठेऊ ठेवढी Live Load भारांची संख्या वाढत जाते आणि Load Combinations ची संख्या त्यांच्या पटीत. IRC नुसार गाड्यांचा भार गाडीच्या पुलावरील वेगवेगळ्या ठिकाणी ठेऊन आलेल्या भाराची इतर भारांसह गुणकांने गुणून येणाऱ्या बेरजेस जे भार येतात त्यातील ज्या भारास Interaction Ratio सर्वात जास्त येईल अथवा अंत्यपादातील काँक्रिट अथवा स्टील मधील तणाव (Stress) जास्त असेल तो भार Critical Load म्हणून धरावा व त्यानुसार अंत्यपाद व त्याचा पाया यांच आकारमान ठरवावं लागतं. मध्यपादाचही तसंच.

Reinforced Cement Concrete (R.C.C.) विषय आम्हाला शिकवलं ते आमचे प्राध्यापक श्री. सांगळे सर यांनी, त्यांचे वर्गातील नियम जरा भलतेच पण त्यातही गूढ अर्थ लपला असावा ते मात्र कळालं ते वर्षाच्या शेवटी, तेही त्यांनी सांगितलं म्हणून न्हाहीतर आम्ही चावट पोरं वेगळाच अर्थ काढत असू.

पहिला नियम: - ते वर्गात आल्यानंतर कोणालाच वर्गात प्रवेश नाही. (माझा एकदोनदा अपवाद वगळला तर हा नियम फारच कडकपणे पाळला जाई)

या नियमानं वेळेवर वर्गात जायची सवय लागली, दुर्दैवानं त्यांचं व्याख्यान सकाळी ९:०० लाच राहायचं.

दुसरा नियम: - एका बेंच वर त्या कोणीही त्यांच्या तासिकेला पुन्हा बसू नये.

त्यामुळं प्रत्येकाला पुढच्या रांगेत बसायची वेळ येई.

तिसरा नियम: - दोन मुली एकाच बेंच वर बसू शकत नाही व एकदा का कुणी मुलगा वा मुलगी ज्याच्या सोबत बसले त्यासोबत बेंच वर पुन्हा बसू शकत नाही.

त्यामुळं वर्गातील मुलींची ठराविक मुलांशीच ओळख न राहता प्रत्येकाशी ओळख झाली, जेणेकरून भविष्यात गरज पडली तर सगळ्यांची एकमेकांशी ओळख राहील व त्याचा एकमेकांना फायदा होईल.

पुस्तकी ज्ञानात निरनिराळे प्रयोग करण्याचा त्यांना फार छंद होता, मिड सेमिस्टर टेस्ट ला Whitney's Stress Block मध्ये Stress Block चा आकार जो कि पुस्तकात आयताकार दिला आहे, तो तुम्ही तुम्हाला वाटेल तो आकार घेऊन सोडवा असा प्रश्न टाकण्यात आला होता, मी तो आकार समलंब चौकोन गृहीत धरून त्याचं सूत्र काढलं होतं. तसंच कॉलमचं संकल्पन शिकवल्यानंतर, column चा Interaction Ratio १ या संख्येइतकं आणून दाखविण्याचं आव्हाहन दिलं होतं, ३ ते ४ वेळा वहीवर गणितं सोडवून प्रयत्न केल्यानंतरही तो काही १ संख्येइतका येईना. शेवटी मायक्रोसॉफ्ट एक्सेल वर त्या

गणिताच्या प्रत्येक पायऱ्या सूत्रांनी लिंक करत करत शेवटी Goal Seek च्या मदतीनं ते उत्तर १ या संख्येइतकं आणलं होतं, या प्रयोगानं मानवी क्षमतेची हद्द व ती ओलांडण्यासाठी नवीन उपक्रमांची आवश्यकता यांची जाणीव झाली, त्याचाच वापर आता संकल्पनांसाठी अनुभवानुसार बदल करून करावं लागतं. आम्हाला जसं त्यांच्या नवीन उपक्रमांचा फायदा झाला तसा त्यांनाही अनपेक्षितपणे झाला, त्यांना ५ सप्टेंबर २०२३ रोजी, शिक्षक दिनाच्या दिवशी राष्ट्रपतींच्या हस्ते पुरस्कार देण्यात आला.

मध्यपादही काळानुसार रूपं बदलत आहेत, "परिवर्तन ही संसार का नियम हे! " अगदी तसंच, प्रचलित भिंतीसारख्या लांब आणि दोन्ही टोकं अर्धवर्तुळाकार किंवा त्रिकोणी, आता वर्तुळाकार पण एकचं न्हाहीतर वर्तुळाकार पण दोन्ही टोकांना दोन (पोर्टल मध्यपाद). वर्तुळाकार पण आतून पोकळ असा देखील प्रकार उंच पुलांच्या बाबतीत आढळतो पण बुडीत क्षेत्रात शक्यतो टाळला जातो. पूर्वी मध्यपादाला त्रिकोणी टोकं (Cut-Water व Ease-Water) देण्याची प्रथा प्रचलित होती हळू हळू अभ्यासानं त्याची जागा वर्तुळाच्या आकारानं घेतली. नंतर पूर्ण मध्यपादाचीच जागा या वर्तुळांनी घेतली, " ऊस गोड लागला म्हणून मुळासकट खाल्यासारखं, Cut-Water व Ease-Water यांनी मधला आयताकृती भाग खाऊन पूर्ण मध्यपादाचीच जागा घेतली, असंच म्हणावं लागेल. पण जिथे नदी वाहती नाही तिथे हे कट-वॉटर व इझ-वॉटर नाहीसे होऊन फक्त आयताकार किंवा चौरस ठोकळे शिल्लक राहतात, असे मध्यपाद क्वचितच पाहायला मिळतात तेही शक्यतो धरणांच्या बुडीत क्षेत्रात.

खोडाळ्याजवळ वैतरणा धरणाच्या बुडीत क्षेत्राचा फार प्रचंड पसारा दिसतो, हिरवेगार डोंगर त्यात गाडीच्या काचेवर काळी फीत लावल्यासारखं पाणी. त्या पाण्यात मुक्त संचार करणाऱ्या हवेने गोंजारल्यानं झुलणाऱ्या लाटांमध्ये मधेच डोळे दिपवून टाकणारी चकाकत्या पाण्याच्या पृष्ठभागावरून परावर्तित झालेली सूर्याची किरणं अन त्यात उभा तो वैतारणेचा उंच पूल. पुलाच्या मध्य भागात नदी एक घळईतून वाहते, एक मध्यपाद नेमकी त्या घळईत येणार होता पण स्पॅनिंग अरेंजमेंट बदलून ते टाळलं न्हाहीतर घळईबाहेर असणाऱ्या सर्वात खोल अशा सुमारे ४८ मी इतक्या उंचीपेक्षाही उंच मध्यपाद बांधावा लागला असता.

इतक्या उंच मध्यपादाचं संकल्पन तपासणाऱ्या अभियंत्याच्या आत्मविश्वासाला शंकेच्या विषाणूंनी नक्कीच काही काळ आजारी पाडलं असावं, खाजगी कामात झालेल्या चुकींवर जनतेचं फारसं लक्ष नसतं पण शासकीय कामकाजात उणीव दिसली की बस, मेलेल्या जनावरावर जसं गिधाडं तुटून पडतात तसं ज्याला जमेल तो जमेल त्या पद्धतीनं गिधाडासारखा त्यात तुटून पडतो, बरीच गिधाडं माहितीच्या अधिकाराचं (RTI) शस्त्र अशाच कामासाठी वापरतात, पत्रकारीतेच्या नावानं इतरांना वेठीस धरुन आर्थिक फायदा कसा करता येईल असा स्वतःला पत्रकार म्हणणाऱ्याचा भुरट्या पत्रकारांचा कल असतो, त्यांच्या

बातम्याही त्याच प्रकारच्या असतात, त्यात अभ्यास तर मुळीच नसतो, बऱ्याचदा सत्यताही नसते. मेलेल्या जनावराला मृत्यूचं आवरण त्रासापासून वाचवतं पण जिवंतणी समाजाने लचके मोडल्याच्या त्रासापासून कोण वाचवणार? विभागाच्या चौकश्या व इतर मानसिक त्रास होईल तो वेगळा, अशा अनेक विचारांनी आजारी पडलेला आत्मविश्वास तो पूल पूर्ण होऊन, काही काळ गाड्या त्यावरून जाईपर्यंत खाटेवरून उठत नाही, अशा अनुभवानंतर मात्र आत्मविश्वासाची प्रतिकारशक्ती फारच बळकट होते, शंकेचे विषाणू मग त्यांना शिवत नाही.

त्या काळी महाराष्ट्रात सर्वात उंच असलेल्या त्या मध्यपादाचा आकार चौरस आहे आणि तोही वर जात जात निमुळता होत गेला आहे, अशा संरचनेला " टेलिस्कोपिक " संरचना म्हणतात. अशा संरचनेमधे उंचीनुसार आवश्यक तेवढाच Section दिला गेल्यानं मध्यपादात व पायात कॉंक्रिट व स्टील दोंघांचीही बचत होते. अशी संरचना उंच इमारतीत सगळ्यांना समान पाणी मिळावं म्हणून प्लम्बिंग सिस्टम मध्ये दिली जाते, पण मात्र उलटं, वर पाईपचा व्यास जास्त तर खाली कमी.

एकाच वर्तुळाकार मध्यपाद असलेल्या प्रकारात पिअर कॅपची जाडी फार तर पोर्टल मध्यपाद प्रकारात जाडी तुलनेनं कमी. जुन्या अभियंत्यांनी करून ठेवलेली संकल्पनाची सोय त्यानं मात्र तूटली, बदललेला आकार प्रचलित सॉफ्टवेअर्स साठी नवखा असल्यानं सॉफ्टवेअर्स बदलण्याची गरज निर्माण झाली त्यात भर घातली ती बदललेल्या संकल्पनांच्या पद्धतीनं.

अनपेक्षित संगणकीय भाषा

संकल्पचित्र विभागात वापरले जाणारे हे सॉफ्टवेअर काळानुरूप कालबाह्य होत चालले होते कारण 32 बीटचे संगणक मिळणे बंद झाले होते त्या कारणास्तव व 2011 साली पुलाचे इंडियन रोड कॉंग्रेसचे IRC-११२:२०११ व IRC-SP-१०५:२०११ हे लिमिट स्टेट मेथड (LSM) या पद्धतीने आल्याने स्वतःहून नवीन गणितकांसंबंधी एक्सेलवर काम करण्याच ठरवावं लागलं. सुदैवाने एक्सेल हे सॉफ्टवेअर मला बऱ्यापैकी जमतं आणि त्यातल्या त्यात एक्सेल मध्ये अस्तित्वात असलेल्या सूत्रांनी शक्य होत नाही ते करण्यासाठी स्वतःचे सूत्र तयार करण्यासाठी VBA संगणकीय भाषा लागते ती मला अवगत होती.

आयताकार आकाराच्या मध्यपादातील व अंत्यपादातील भारासंदर्भात कॉंक्रीट व स्टील मधील स्ट्रेस म्हणजेच तणाव काढणं VBA शिवाय सोपं नाही एक्सेल वर काढता आलं तरी त्याला खूप इंटरेषण द्यावे लागतात. मला स्ट्रेस काढता येत असल्याने माझं त्या बाबतीतलं व्याख्यान कोकण भवन नवी मुंबई येथे प्रशिक्षणासाठी आलेल्या सहाय्यक अभियंता श्रेणी एक व सहाय्यक कार्यकारी अभियंता यांना देण्यासाठी बोलावलं असल्याच मला आठवत.

कोरोनाची निर्बंध थोड्याफार प्रमाणात शिथिल करण्यात आली होती पण एसटी बस अथवा लोकल ट्रेनचा वापर पाहिजे तितका सुरू नव्हता माझ्याकडे चार चाकी वाहन तेवढ्यात नसल्यानं सुमारे 170 ते 180 किमी लांबीचा प्रवास दुचाकीने करणे फार कठीण होत, मी ऑनलाईन व्याख्यान देऊ शकतो का? अशी विनंती केली पण इथेच येऊन व्याख्यान द्या असं सांगण्यात आलं. नाईलाजाने मी माझ्या सिटी हंड्रेड ही दुचाकी घेऊन सकाळी सहा वाजता नाशिक वरून निघालो

मध्ये शहापूर जवळ एक थांबा घेऊन अकरा वाजता सीबीडी बेलापूर येथील कोकण भवनला व्याख्यानासाठी पोचलो. मधे एक जेवणाचा अर्धा तास घेऊन साडेचार वाजेपर्यंत व्याख्यान दिले समोरच्या ना ते कितपत समजलं ते मोठे प्रश्नचिन्ह आहे परंतु मला पुन्हा अंधारात राष्ट्रीय महामार्गावरून नाशिकला येण्याची चिंता भेडसावत असल्याने व्याख्यानाअखेरीस मी कोणाला किती कळालं याची चिंता बाळगली नाही. जास्तीच्या लावलेल्या एलईडी (LED) मुळे जरी रस्ता दिसत असला तरी मुंबई आग्रा मार्गावर अवजड वाहनांची वर्दळ फार असते, बऱ्याचदा वाहन झटकून गेलं की दुचाकी खेचली जाते त्यानं तोल जाण्याची शक्यता असते. "बर्नोली" बाबाच्या प्रमेयाचं हे प्रात्यक्षिक चित्तथरारक तर राहतंच याऊपर जीवघेणंही ठरू शकतं. समोरून येणाऱ्या गाड्यांच्या प्रकाशामुळे डोळ्यांना त्रास होऊन दुचाकी चालवण्यात त्रास झाला असता या माझ्या मनातल्या चिंतेने माझ्या व्याख्यानासंबंधीच्या चिंतेला मनात घरच करू दिलं नाही.

VBA भाषा मला मात्र एका अनपेक्षित अपघातामुळे शिकायला मिळाली माझे वडील मुंबईला बेस्ट मध्ये कामाला असल्याने आई-वडील कल्याणला राहात. शेतीच्या कामासाठी मात्र हप्ताभर नाशिक जिल्ह्यातील त्र्यंबक तालुक्यातील हरसुल जवळील तोरगण या आमच्या गावी जात असत माझं प्रशिक्षण नाशिकलाच असल्याने मी बऱ्याचदा गावावरून येऊन जाऊन करी अंतर जवळपास 50 किमी इतकं होतं पावसाळ्याचे दिवस होते देवरगावच्या पुढे कश्यपी धरणाच्या पहिल्याच वळणावर मी जवळपास 70 ते 80 किमी वेगात माझ्या दुचाकीचे ब्रेक दाबले वळणावर बिटुमिनस बाउंड मेकॅडम (BBM) बीबीएम केलेला होता तो रोलर ने नीट रोल न केल्याने घट्ट बसला नव्हता, खडीमधील घर्षणाच (Intergranular friction) रस्त्याच्या मजबुतीकरण करण्यात असलेला सहभाग न कळल्याने झालेल्या त्या हलगर्जीपणामुळे

कमकुवत झालेल्या पृष्ठभागावर ब्रेक लावताच तो उधळून निघाला आणि मी फार जोरात आपटलो गेलो. नशिबाने डोक्यात हेल्मेट होतं, अंगात दोन पदरी रेनकोट होता. त्यानं डोकं आणि रेनकोट ने झाकलेला भाग मात्र जखमांपासून बचावला होता. बाकी हात, हाताची बोटं व पायाचे मोकळे भाग फरपटून निघाले होते. रक्तबंबाळ अवस्थेत मला भानावर यायला दोन ते तीन मिनिटे लागली असावीत असं मला वाटलं खरं पण नेमका कालावधी देवालाच माहीत. एका भल्या इसमाने मला रस्त्याच्या किनारी बसवलं माझी दुचाकी ही बाजूला सारून ठेवली अंगात जीव नसल्यानं रस्त्याच्या किनारीच झोपून घ्यावं असं वाटत होतं. जखमातून रक्त वाहत होतं त्यात पाऊस मात्र थांबायचं नाव घेत नव्हता, अंगावर पडत्या पाण्यासह रक्त खाली गळत होत. अंगावर पडणाऱ्या पावसानं थोडी तवानी आल्यानंतर दुचाकी चालू झाली तर इथून निघावं असं वाटलं पण डाव्या हाताचा अंगठा मात्र तुटला होता. बोटाची कातडी फाडून अंगठ्याच हाड बाहेर आलं होतं. देवजाणे कस? मी ते तसंच माझ्या हतानच बसवून टाकलं. तुटलेल्या अंगठ्याने हॉर्न वाजवून पाहिला, तो वाजला. दुचाकीला किक मारली सुदैवानं दुचाकी पहिल्याच किक मध्ये सुरू झाली. घरी गेलो तर आई व बायको खूप भांडतील म्हणून प्रशिक्षणाच्या मेरी येथील शासकीय वस्तीगृहावर जाण्याच ठरवलं. कसंतरी सुमारे 32 किलोमीटर दुचाकी चालविली तिही अशा अवस्थेत, कसाबसा वस्तीगृहावर पोहोचलो.

खोलीत जातात माझे मित्र विजय सोनवणे व संजय विभुते यांनी मला अशा अवस्थेत पाहताच विचारणा केली. त्यांनी लगेचच दवाखान्यात घेऊन जाण्याबद्दल सांगितलं आता दुखत नसेल पण उद्यापासून खूप दुःखेल असेही सांगितलं. मला मात्र झोपेची फार गरज होती, अंगात त्राण उरले नव्हते म्हणून दवाखान्यात संध्याकाळी जाऊ

असं सांगून मी बेडवर झोपून घेतलं. ते प्रशिक्षणाला निघून गेले व तिथल्या सहसंचालक साहेब श्री. वि. पी. रामगुडे साहेब यांना याबाबतची खबरबात दिली. संध्याकाळी त्यांच्यासोबत जाऊन औषधोपचार केले व काही दिवस आराम केला जखमा फार लवकर भरल्या गेल्या व मी पूर्ववत झालो पण अचानक एके दिवशी चक्करचा त्रास जाणवू लागला. डोकं हलवलं किंवा झोपेत कुशी बदलली तर जोरात चक्कर येई. MD medicine डॉक्टर कडे जाऊन आल्यावर त्याने मात्र चक्कर वरच्या गोळ्या दिल्या बाबत आढळून आलं पण त्या मागचं नेमकं कारण कळालं नव्हतं. चक्करचा त्रास आता काही महिन्याच्या कालावधीच्या पुनरावृत्तीने येत असे. प्रशिक्षण संपलेलं होतं आणि मी संकल्पचित्र विभाग पूल नाशिक येथे रुजू झालो होतो. असच एकदा चक्करच्या त्रासादरम्यान मी सात दिवसांची सुट्टी घेतली. चक्कर मागचं कारण शोधायला इंटरनेटवर बरच काही वाचलं पण फारसं उपयोगी पडेल अस सापडत नव्हतं. असंच youtube वर शोधता शोधता wiseowl हा चॅनेल सापडला आणि तो पडल्या पडल्या पाहायला सुरुवात केली.

हळूहळू त्यांनी शिकवलेल्या धड्यांवर टिपण्या काढायला सुरुवात केली व त्यात त्याचं प्रात्यक्षिकही लॅपटॉप वर करायला सुरुवात केली आणि जसं मी एक्सेल वी.बी.ए. (VBA -Visual Basic Applications) या संगणकीय भाषेचं ज्ञान मिळवलं. चक्कर चा त्रास झाला नसता तर मी रजा घेऊन घरी बसलो नसतो व वेळ मारून नेण्यासाठी काहीतरी शिकू असं वाटलं नसतं व हे शिकलो नसतो आता मात्र चक्करचा त्रास गेलाय, जे काही होत ते आपल्या भल्यासाठीच, निळ्या छत्रीवाल्यान आपल्या आयुष्यात आपल्यासाठी बऱ्याच चांगल्या गोष्टी लिहून ठेवल्यात म्हणून मनापासून त्याचे आभार वाटले. कच्चे कांदे

खाणं मला या त्रासावर फार लाभदायक ठरलं, त्यात पालक , सफरचंद व डाळींब यांचाही हातभार. अपघातात झालेल्या जखमा फार लवकर भरून निघाल्याने जीवनसत्व बी-6 फार मोठ्या प्रमाणावर वापरलं गेलं त्यानं जीवनसत्व बी-12 शरीरात शोषून घेण्यास समस्या निर्माण झाल्या व कानाच्या द्रव पदार्थात एखाद्या लहानसा खडा तयार झाल्याने, एका कानातील द्रव पदार्थ स्थिर होण्यास दुसऱ्या कानातील द्रव पदार्थापेक्षा अधिक वेळ लागल्यानं, दोन्हीं कान सिग्नल मायक्रोसेकंदाच्या फरकाने मेंदूला सिग्नल देत असल्याने मेंदू हाय अलर्ट देत होता त्यामुळे चक्कर येत असल्याचं मला कळालं. व्यायामानंतर व नमूद खाद्य पदार्थ खाल्यानंतर तो त्रास जाई आता मात्र तो कायमचा गेला पण माझ्या आयुष्यात एका संगणकीय भाषेची भर टाकून गेला, 'जे होत ते भल्यासाठी' ते हेच.

पुलाच्या बाबतीत गणितके करण्यासाठी सदर संगणकीय भाषेत मी बरेचसे कोड लिहिले, जे बरच काम सोपं व वेगानं करून टाकत. त्यात पुलाच्या दिलेल्या मापांवरून पुलाचे संकल्पन बरोबर आहे की नाही हे तपासणारा व तो एक्सेल वरून कार्यालयाच्या परंपरागत पद्धतीच्या व वर्ड डॉक्युमेंट मध्ये कार्यालयीन टिपणी लिहून देणारा कोड सामील आहे. आमचे कार्यकारी अभियंत्यांचा मात्र माझ्या या ऑटोमेशनला विरोध असे, कारण त्यात एक बटण दाबल की सारं काम होई, येणाऱ्या नवीन अभियंत्यांना सारं आयतं भेटलं की कुणी शिकून घेण्याचं कष्ट घेत नाही, आणि भविष्यात ज्याने तो सोफ्टवेअर तयार केला आहे त्याच्याव्यातिरीक्त कुणालाच त्यात बदल करता येत नाही, असं त्यांचं व्ययक्तिक मत होत. कार्यालयीन कामकाजाव्यतिरिक्त इतर कामासाठी लागणारे बरंच काही करणारे कोड लिहिले पण त्यांचा पुलांची मात्र एवढा संबंध नव्हता.

त्यापैकी एका कोडनं मला "माया" या आपल्या शास्त्रातल्या शब्दाचं गूढ कळालं. लहानपणी टीव्हीवर श्रीकृष्ण मालिका लागे त्यात तो शब्द बऱ्याचदा कानी पडला होता परंतु अर्थ मात्र समजत नव्हता. VBA भाषा शिकल्यानंतर, इतर संगणकीय भाषा समजू लागल्यानं AI (Artificial intelligence) च्या सहाय्यानं फार कमी वेळेत, मी लिहत असलेल्या ब्लॉग ची अनुक्रमणिका स्वयंचलीत पद्धतीनं तयार होईल असा कोड लिहिला, पूर्वी मी ती सारी अनुक्रमणिका हातानी टाइप करी, १०-१२ लेख लिहून झाले की अनुक्रमणिका update करी. त्यात कधी कधी एखाद दुसरी सुटून जाई. पण अनुक्रमणिकेचे पान सुधारीत आवृत्तीसाठी Blogger Post वर उघडून पाहिलं असता सारी अनुक्रमणिका दिसे पण आता स्वयंचलीत अनुक्रमणिकेत, पोस्ट एडिटर मधे टाईप केलेली अनुक्रमणिका मात्र दिसत नाही पण लिंक वर क्लिक करताच पूर्ण अनुक्रमणिका दिसते. ह्यात नसलेली अनुक्रमणिका नसूनही दिसणं यालाच "माया" म्हणतात हेच आपल्या आयुष्याचं सत्य असावं पण समजण्याच्या पलीकडचं.

बेअरिंग

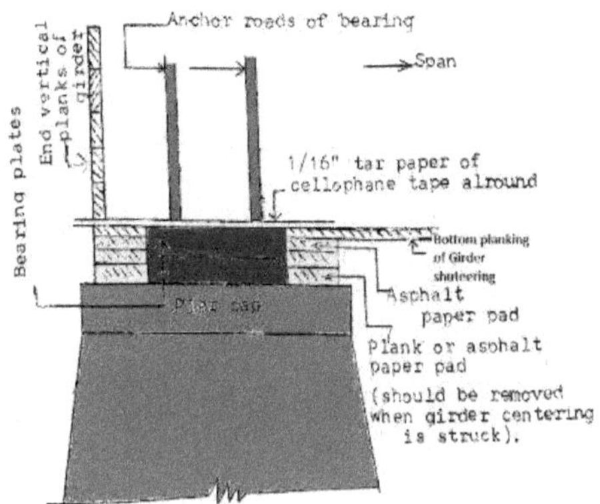

पुलाचा दुर्लक्षित परंतु अत्यंत महत्त्वाचा घटक म्हणजे बियरिंग्स, मी सार्वजनिक बांधकाम उपविभाग, चोपडा येथे सहाय्यक अभियंता श्रेणी दोन म्हणून कार्यरत असताना, तत्कालीन सार्वजनिक बांधकाम मंडळाचे अधीक्षक अभियंता, श्री एच. एस. पगारे साहेब यांनी तापी नदीवरील सावखेडा पुलाला भेट देण्याच्या बाबतच्या सूचना आमच्या सार्वजनिक बांधकाम विभागाच्या अंमळनेर विभागीय कार्यालयाला दिल्या. त्यांनी तशा सूचना आम्हाला कळवल्या.

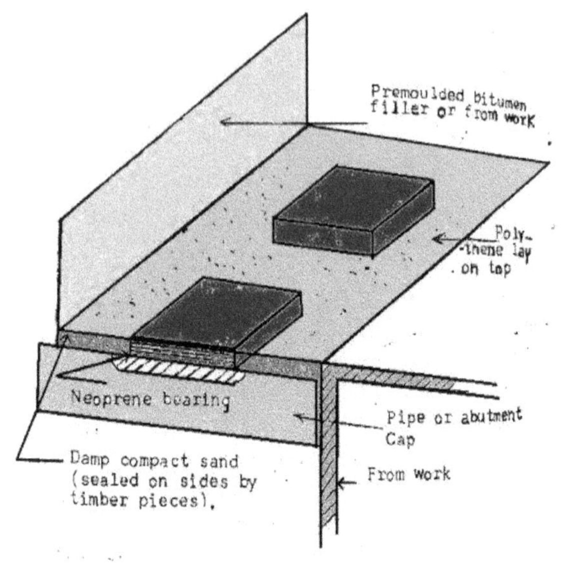

सावखेडा पुलाची उंची 26 ते 27 मीटर आहे. साहेबांनी पुलाचा, विशेषतः बियरिंगचं निरीक्षण करायला येत असल्यामुळे, दुर्बिणीची व्यवस्था करण्याच्या सूचना दिल्या होत्या. आम्ही दुर्बिणी त्यांच्याच कार्यालयाच्या वरील मजल्यावर असलेल्या रस्ते प्रकल्प विभागाकडून आणली होती. त्यांच्यापासून एक दिवस अगोदर, नदीपात्रातून पुलाच्या बियरिंग्स नीट दिसतात का, हे तपासून पाहिले. बऱ्यापैकी नीट दिसत होते, त्यामुळे ती दुर्बीण साहेबांच्या हातात द्यायला काही अडचणी नाही अशी खात्री झाली.

पण त्या दुर्बिणीमुळे स्पष्ट दिसणाऱ्या बियरिंग्समुळे, माझ्या डोक्यात एक कल्पना सुचली. त्याकाळी, 3.2 मेगापिक्सल कॅमेरा असलेला सोनी एक्सपीरिया मोबाईल माझ्याकडे होता. मी ते दुर्बिणीच्या भिंगाजवळ लावून, इतक्या उंचावरील पुलापासून दुर अंतरावरून बियरिंगची काही स्पष्ट छायाचित्रे टिपली.

अधीक्षक अभियंता दुसऱ्या दिवशी प्रत्यक्ष स्थळी आले. गाडी एका बाजूला लावून, त्यांनी 447 मीटर लांब पुलाची पायी पाहणी सुरू केली. आम्ही त्यांच्या मागे मागे फिरत होतो. अचानक, ते पुलाच्या एका मध्यपादाजवळ थांबले. तेथे एक लोखंडी शिडी पुलाच्या बियरिंग पर्यंत जाईल अशी लावलेली होती. शिडी अत्यंत गंजलेल्या अवस्थेत होती आणि फारसं वजन घेईल की नाही याची शंका होती.

"अपने मे सबसे हलका कोण है?" साहेबांनी विचारल. सगळे माझ्याकडे पाहू लागले. मीही सगळ्यांच्या डोळ्यांचा इशारा समजून त्या शिडीकडे जायला सुरुवात केली. शिडी उलट्या "यु" आकाराची होती, अत्यंत जर्जर अवस्थेत आणि ती सांची प्रकारच्या पुलाच्या भिंतीस लागून पुलाच्या बाहेरील बाजूस जात होती. मी अलीकडच्या भागात दोन एक पायऱ्या चढलो असता, “क्या रे तेरे को तेरने को आता है क्या?" असा मोठ्यानं अधीक्षक अभियंता यांचा आवाज आला. मी "नाही" म्हणून मान डोलावली लगेचच त्यांनी "उतर नीचे, उतर " हे कानावर पडताच मी लगेच खाली उतरलो.

पायऱ्यांवरच असताना पुलाची उंची आणि खाली असलेलं पाणी यांनी मला आधीच घाम फोडला होता, जो उतरल्यावर जिरून गेला. पुलावरून चालताना, एका प्रसरण सांध्याच्या ठिकाणी नदीच्या उर्ध्वबाजूच्या पोकळीची वाढ झाली होती, तर नदीच्या खालील बाजूकडील प्रसरण सांध्याची पोकळी जवळपास मिटलेली होती. यावरून बियरिंगमुळे गडर हलल्याचा समजून येत होतं.

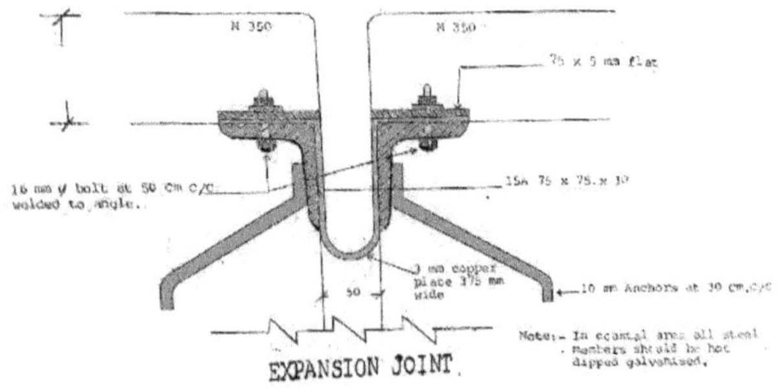

पुलावरून चालताना, पुलाचा कठडा आणि प्रत्येक प्रसरण सांध्याची बारकाईने पाहणी केली. सुदैवानं, एकाच ठिकाणी समस्या असल्याचं आढळून आलं. पुलाच्या कठड्यावर उगवलेली पिंपळाची

झाडे त्यांनी काढून टाकायला लावली. पावसाळ्याशिवाय, झाडांच्या मुळापर्यंत पाणी पोहोचत नसल्याने झाड कसं जिवंत राहतात हे देवालाच ठाऊक.

तापी नदीच्या डाव्या तीराकडून आम्ही पुलावरून चालत उजव्या तीरावर पोहोचलो होतो. नदीत उतरण्याचा रस्ता तिकडूनच होता. नदीतून वाळू उपसा करून जाणारे ट्रक व ट्रॅक्टरसाठी तयार केलेला रस्ता, फक्त नदीच्या काठ खोदून तयार केलेला मातीचा सपाट रस्ता होता. गाड्या येऊन-जाऊन मातीचं बारीक कणात रूपांतर झाल होतं. थोड्या वाऱ्याने ती धुळीसारखी उडत होती. मी साधी चप्पल घातली होती, आणि इतरांचे बुट धुळीच्या आवरणाने पिवळसर भगव्या रंगाचे झाले होते. नदीपात्रात ठिकठिकाणी पाणी साचलेलं होतं. कुठे उथळ तर कुठे खोल. स्त्रिया कपडे धुऊन व सुकवण्यासाठी टाकत होत्या, तर मुले नदीत अंघोळ करत होती आणि पोहत होती. पुरुष मंडळी मासे पकडण्याचा उद्योग करत होती.

नदीपात्रात ज्या प्रसरण सांध्याची पोकळी वाढलेली होती, तो जॉइंट सांधा स्पष्ट दिसेल अशा ठिकाणी जाऊन साहेबांनी दुर्बिण मागविली. बारकाईने निरीक्षण केल्यानंतर, त्यांनी सांगितलं की बियरिंग रॉकर रोलर पद्धतीची आहे. प्रसरण सांधा सामान्यतः मध्यपदाच्या वर मध्यभागी असतो, पण ह्या पुलाच्या बाबतीत तसं नव्हतं. पुलाचे गर्डर मध्यपदापासून बरेच बाहेर निघालेले होते आणि दोन टोकांवरील बाहेर निघालेल्या गर्डरवर कमी लांबीचा गर्डर ठेवल्याचं निदर्शनास आलं. अशा प्रकारच्या पुलाला बॅलन्स कॅन्टीलीवर पूल म्हणतात, असं त्यांनी सांगितलं.

पुलाची संरचना समजून घेऊन, त्याचा बेंडिंग मोमेंट डायग्राम (B.M.D.) डोक्यात तयार झाला आणि पुलाच्या संरचनेत कसा योग्य वापर झाला हे मी माझ्या उपविभागीय अभियंत्यांना सांगत होतो. अधीक्षक अभियंता मात्र मागे कान देऊन ऐकत होते आणि मला बोलले, "बेटा, जो तुमने अपने ते साहब को समझाया वो मुझे वापस से

समझाओ." मी पुन्हा सगळं समजावलं. "लडका होशियार आहे," असं त्यांनी सांगितलं.

आमच्या उपविभागीय अभियंत्यांनी माझी MPSC मार्फत सहाय्यक अभियंता श्रेणी १ म्हणून निवड झाल्याचं सांगितलं. अधीक्षक अभियंता साहेबांनी मला पुलाच्या वरील भागाचा ऑटो लेव्हल, डंपी लेव्हल किंवा जे काही उपलब्ध होईल त्या उपकरणाने सर्वे करायला सांगितलं. पुलावरून चालताना जाणवणाऱ्या कंपन्यांमुळे पुलाच्या बियरिंग्स गंजून ठप्प झाल्याचं समजलं. बियरिंग्स बदलण्याची नितांत आवश्यकता होती.

पुढे, मी बियरिंगचं संकल्पन करून मिळावं असं पत्र संकल्पचित्र विभागाला आमच्या कार्यकारी अभियंत्या मार्फत पाठवलं. काही दिवसातच माझ्या नवीन पदाच्या प्रशिक्षणासाठी कार्यमुक्त झालो. प्रशिक्षणाचा एक वर्षाचा कालावधी उलटला. त्यानंतर मी संकल्पचित्र विभागात रुजू झालो. एक दिवस, सार्वजनिक बांधकाम विभागाच्या प्रादेशिक विभागाचे मुख्य अभियंता, श्री एच. एस. पगारे साहेब यांचं आमच्या कार्यकारी अभियंत्यांना बोलावणं आलं.

पगारे साहेबांची पदोन्नती होऊन ते मुख्य अभियंता झाले होते. सावखेडा येथील पुलावरील भेटीनंतर पहिल्यांदाच त्यांच्यासमोर जाणं होणार होतं. सुमारे अडीच वर्षाचा काळ लोटला होता. मी आणि आमचे संकल्पचित्र विभागाचे कार्यकारी अभियंता, मुख्य अभियंत्यांच्या दालनात शिरलो. त्यांनी कार्यकारी अभियंत्यांना सावखेडा पुलाच्या बियरिंगच्या संकल्पनाबाबत विचारलं. क्षेत्रीय स्तरावरून उदासीनता असल्याने आवश्यक मुद्द्यांची माहिती मिळालेली नसल्याने संकल्पन करता येत नसल्याचं त्यांनी सांगितलं.

मुख्य अभियंत्यांची अचानक माझ्यावर नजर गेली,

"अरे, तू वही सावखेडा वाला लडका हे ना?"

असं त्यांनी विचारलं.

मी हो म्हणून डोकं हलवलं.

साहेब म्हणाले,

"बाविस्कर, इस लडके को ये केस दे डालना। उसको सारे डिटेल्स पता है और उसके वहा कॉन्टॅक्ट भी है।"

"ओके सर," बोलून, बाविस्कर साहेब व मी तेथून निघालो. पुढे त्या पुलाचे नकाशे मी तेथील उपविभागीय व विभागीय कार्यालयात ओळख असल्याने स्वतःच या प्रकरणात रस घेऊन बियरिंगचे संकल्पन पूर्ण करून उपविभागास पाठवून दिले. पूर्वी रॉकर रोलर पद्धतीच्या बियरिंग्स होत्या, आता मात्र पोट पीटीएफइ (POT- PTFE) देण्यात आल्या आहेत.

बियरिंगचे भार, रोटेशन, डिस्प्लेसमेंट क्षमतेनुसार आणि वापरण्यात आलेल्या पदार्थानुसार अनेक प्रकार पडतात.त्यानुसार कोणत्या पद्धतीची संरचना पियरकॅप व अबटमेंटकॅप वर द्यावी हे ठरतं व त्यावरून मध्यपाद व अंत्यपादाच्याकॅप ची रुंदी ठरते, तिची खोली मात्र तिच्यावरील भार व रुंदीनुसार स्वतःचा भार व मध्यपदाची लांबी इत्यादी घटकांवरून संकल्पना करून काढावी लागते मद्यपाद हा आरसीसी (रिनफोर्स्ड सिमेंट कॉंक्रिट) असो वा पीसीसी (प्लेन सिमेंट कॉंक्रिट) पण कॅप मात्र आरसीसी असते.

पिअर च्या बाहेर निघालेल्या पिअर कॅपची लांबी खोलीच्या तुलनेत कमी असल्यास Corbel beams म्हणून तिचे संकल्पन करतात.

Corbel beams अशी परिभाषित केली जातात की त्यात z/d<0.6 असते, जिथे z म्हणजे भार लागू होणाऱ्या बिंदूपासून बीमच्या स्थिर टोकापर्यंतचे अंतर (किंवा shear span) आणि d म्हणजे बीमची खोली. या रचनेचे तत्त्व strut आणि tie प्रणालीवर आधारित असते.

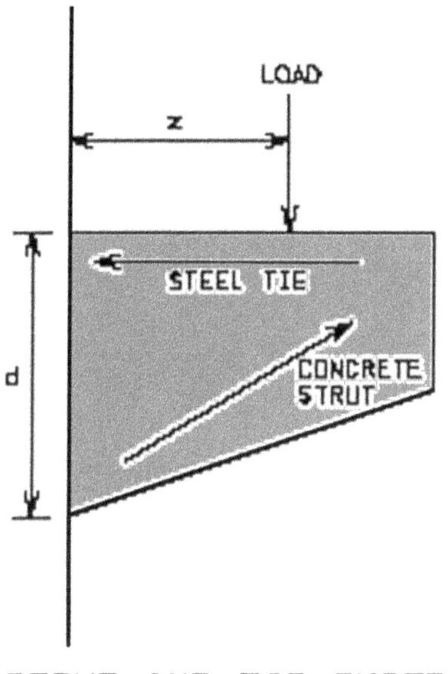

STRUT AND TIE SYSTEM

डिझाइन मॉडेल स्थापन करताना, सर्वप्रथम असे मानले जाते की अपयशाची पृष्ठभाग म्हणजेच shear cracks बीमच्या खोलीच्या 2/3 पर्यंत विस्तारतात. प्रयोगांच्या परिणामांनी हे सिद्ध केले की क्रॅक्स बीमच्या फक्त 2/3 खोलीपर्यंत विस्तारतात, तर उर्वरित 1/3 खोलीतील काँक्रीट कंप्रेसिव्ह स्ट्रट फोर्स प्रदान करण्यासाठी काँक्रीट स्ट्रट म्हणून कार्य करते, ज्यामुळे भार सहन केला जातो.

Corbel beams मध्ये सहसा आडव्या लिंक प्रदान केल्या जातात कारण प्रयोगांवरून असे सिद्ध झाले आहे की shear span/depth < 0.6 असताना आडव्या लिंक उभ्या लिंकपेक्षा अधिक प्रभावी असतात. जर shear span/depth > 0.6 असेल, तर अशा बीम्सला corbel beams न मानता कॅन्टिलिव्हर्स म्हणून विचार केला पाहिजे.

Corbel beams डिझाइन करताना, विशेषतः टाय बारच्या सरळ भागापलीकडे भार वाढू नये याची काळजी घेणे आवश्यक आहे, अन्यथा corbel beams च्या कोपऱ्यांमध्ये shear होण्याची शक्यता असते.

आरसीसी पिअर प्रकार प्रचलित झाल्यानंतर कॅप ची उंची 0.3 मीटर न राहता वाढवावी लागते, खालील भाग वर्तुळाकार धरल्या गेल्याने व त्याची पुलापासून लांब म्हणजेच टोकाची बाजू उतारानुसार निमुळती होत गेल्याने बऱ्याच कंत्राटदारांना तसा आकार देणं शक्य होत नसल्याचं मी बऱ्याच नदीवरील पूलांच्या बाबतीत पाहिल आहे, पण जर का तो आकार साध्य करता आला तर पूल फार आकर्षक होतो.

धुळे शहरात पांजरा नदीवर जर फिराल तर चौपाटीवरून तुम्हाला एक पादचारी पुल दिसेल त्या पुलाच्या मध्यभागी 25 मीटर बाय 25 मीटर आकाराचा एक स्लॅब आहे पियरची रुंदी मात्र स्लॅबच्या तुलनेत फार कमी आहे परंतु त्या स्लॅबला आधार म्हणून चार पियर कॅप सदृश्य बीम्स काढलेल्या आहेत अर्थातच स्लॅब व कॅप दोन्ही प्रिस्ट्रेस प्रकारचे असल्याशिवाय इतका प्रचंड बाहेर घेणं शक्य नाही त्या स्लॅबच्या मध्यभागी भगवान शंकराची विशाल मूर्ती आहे, या विशालकाय पादचारी पुलाचं संकल्पन तपासणं माझ्या नशिबी आलं होतं, सगळी आकडेवारी बरोबर जरी वाटत असली तरी मात्र आत्मविश्वास तेवढा नव्हता पण आकड्यांच्या भरोश्यावर संकल्पन मंजूर केलं, पूल बांधून पूर्ण झाला आणि पहिल्याच वर्षी पांझरा नदीला भरभरून पूर आला. लोकं ड्रोनद्वारे काढलेले व्हिडीओ टाकत होते, महादेवाच्या पायापर्यंत जाणारं ते पाणी भाविकांना व इतर बघ्यांना फार मज्जा देत असलं तरी माझ्या मनात मात्र धडकी भरत होती. पांझरेचा पूर ओसरल्यावर माझ्या मनात काही काळ आत्मविश्वासाचा एक वेगळाच पूर बरेच दिवस होता.

ही संरचना जर नीट पाहिली तर स्लॅबच्या बीम्स ला पिअर कॅप म्हणावं की नाही हे गूढ मात्र आजतागायत मला उलघडलेलं नाही, कारण ती पिअर कॅप स्लॅब मध्येच घुसलेली वाटते त्यावर बेरिंग ठेवण्यासाठी कुठली संरचना अथवा बेरिंग सुद्धा आढळत नाही ती वरील स्लॅबला खालील मध्यपादाशी एकसंध करते असो बेअरिंग मात्र त्या पुलाच्या त्या भागात नाही त्यामुळे भविष्यात बेरिंग बदलायची कसरतच करायला लागणार नाही अशी कसरत मात्र नियोप्रीन (Neoprene) व (POT-PTFE) अशा बियरिंग्स च्या बाबतीत वारंवार करावी लागते कमीत कमी 25 ते 30 वर्षांनी वर्षातून एकदा तरी ते टाळण्यासाठी क्षत्रिय अधिकारी दहा मीटर स्पॅनपेक्षा मोठ्या स्पॅनला जात नाहीत कारण त्यात टार पेपर बेरिंग वापरली जाते मला तर ती असूनही नसल्यासारखीच वाटते ती स्लॅब खाली ठेवली आहे की नाही हे देखील सहजासहजी कळून येत नाही अर्थातच तिचा फायदा होतो म्हणून ही पद्धत प्रचलित झाली नाही तर विनाकारण त्याचा वापर करण्याबाबत का बर सुचवत असावं.

वारंवार जरी बदलाव्या लागत असल्या तरी दहा मीटर पेक्षा वरच्या स्पॅनसाठी नियोप्रीन किंवा पॉट-पीटीएफइ शिवाय पर्याय नाही अशा बियरिंग्स या गर्डर खाली दिल्या जातात. रोडला कॅंबर असतो परंतु हा कॅंबर मिळविण्यासाठी गर्डरच्या उंची मात्र कमी जास्त केल्या जात नाहीत किंबहुना वेगवेगळ्या उंचीचे गडर बनविण्यासाठी वेगवेगळ्या आकाराचे शटरिंग बनवणं हे ठेकेदाराला देखील परवडत नाही.

मग आपणाला अपेक्षित असलेला कॅंबर हा पेडस्टलची उंची कमी जास्त करून प्राप्त केला जातो पेडस्टल म्हणजे पियर कॅप वर ठेवलेला एक चौकोनी ठोकळा ज्यात बियरिंग सहा मी.मी. खोलीच्या खाच्यात अडकलेली असते या व्यतिरिक्त भूकंपात पूल पडू नये म्हणून जे “सिझ्मिक रेस्ट्रेन्स" दिले जातात हे त्या पेडस्ट्रीलाच जाऊन अडकतात व पूल पडण्यापासून संरक्षण होतं, तसंच बुडीत फुलांच्या बाबतीत ते स्टॉपर म्हणून देखील काम करतात पेडस्टलला जी उंची दिलेली असते तिचा वापर बेअरिंग बदलताना जॅक ठेवून गर्डर उचलण्यासाठी होतो ठोकळ्या सारख्या साध्या व सरळ संरचनेने एवढ्या समस्यांची निराकरण होऊ शकतात ह्यानं तो सर्वात पहिले वापरणाऱ्या अभियंत्यांच्या दूरदृष्टीचं कौतुकच करावं लागेल.

स्लॅब फुलांच्या बाबतीत मात्र पेडस्टल नसल्याने बुडीत पुलांच्या बाबतीत पाणी पुलावरून वाहत असताना स्लॅब जागेवर टिकून राहावा त्यासाठी पियर कॅप ला जोडूनच स्टॉपर म्हणून कॉंक्रीट चा ठोकळा नदी प्रवाहाच्या खालच्या बाजूस दिला जातो जेणेकरून स्लॅब प्रवाहात जागीच अडकून राहील. अलीकडच्या काळात ह्या स्टॉपर्सला सुधारित करून मद्यपादाच्या वर्तुळाकार भागावरून तो स्लॅबच्या उंचीपर्यंत उचलला जातो ज्याने स्टॉपर व सिझमिक अर्रेस्टर चं काम तर होतच पण त्यावरून पाईपलाईन, फायबर केबल, इलेक्ट्रिक केबल्स यांसारख्या युटीलिटीज नदीच्या या बांधावरून त्या बांधावर नेता येतात.

जळगाव जिल्ह्यातील जामनेर तालुक्यात जामनेर शहरातून वाहणाऱ्या कांगनदीवर बांधण्यात येणाऱ्या फुलांच्या बाबतीत ही दक्षता घ्यावी लागली, जुन्या पुलावरून पाण्याची 12 इंच व्यासाची पाईप लाईन जात होती. हया नवीन संरचनेमुळे नगरपालिका हद्दीतील बऱ्याचशा युटिलिटीज पुलावरून न नेता पुलाच्या बाहेरील बाजूसूहून नेण्यात आल्या व पुलाच्या आतील भाग हा पूर्णपणे गाड्यांच्या वाहतुकीसाठी वापर करता आला आपल्या बहुतांशी सभ्यता या नदीकिनारी वसलेल्या असल्याने पुरातन काळापासून आपली गाव व शहर ही नदीकिनारीच वसलेले आढळतात कालांतराने त्यांचा विस्तार नदीच्या दोन्ही बाजूस झाला व इकडून तिकडे ये जा करण्यासाठी पुलांची आवश्यकता भासली जुन्या पूलांच्या बाबतीत शक्य नसलं पण नवीन पूल जे गाव अथवा शहरांच्या मध्ये आहेत त्यांचे स्टॉपर व अरेस्टर अशा युटिलिटीज साठी बांधण्यात यावेत सोबत पायी चालणाऱ्यांसाठी पादचारी मार्गाची सुद्धा तरतूद ठेवावी सटाणा तालुक्यात मौसम नदीवरील ताहराबाद येथील पुलाच्या भेटीवेळी रस्त्यात एका गावाजवळ पूल लागला होता पूल अत्यंत सुंदर बांधला होता पुलावरून वाहनाचा वावर फारसा नाही असं पुलावर फिरणाऱ्या व योगासन करणाऱ्या लोकांवरून वाटत होतं, जवळ्पास निम्मं गावं फेरफटका मारण्यासाठी व योगासणासाठी त्या पुलावर जमा असल्याचं दिसतं होतं. गोदावरी नदीवरील बळी मंदिर ते नाशिक रोड रेल्वे स्टेशन कडे जाणाऱ्या रस्त्यावर जो पुल लागतो त्यावरही सकाळी सकाळी लोक व्यायाम करताना दिसतात कदाचित नदीजवळ व्यायाम केल्याने काही अतिरिक्त फायदे होत असावेत कोणास ठाऊक.

सोशल मीडिया इन्फ्लुएन्सर्स व सेल्फीच वाढत भूत यामुळे धोकादायक ठिकाणी वावरणाऱ्या लोकांचा वापर वाढला आहे. त्यात बऱ्याच लोकांचा जीवही जातो. अशा प्रकरणांमुळे पूलांच्या संरचनेत काही बदल करण्यात अभियंते धजत नाहीत. कुंदेवाडी येथील रेल्वे

लाईनवरील पुलाच्या भेटीदरम्यान असं लक्षात आलं की पूल हा बराचसा खाजगी जागेतून जातो. कुंदेवाडी हे पराशरी नदीच्या काठावर वसलेले एक गाव तिथे एक कुंदेवाडी रेल्वे स्टेशन आहे. निफाड-कुंदेवाडी-रौळस -पालखेड हा प्रजिमा दर्जाचा रस्ता रेल्वे लाईन ला छेदतो त्याने वाहतुकीची कोंडी होऊ नये म्हणून तिथे रेल्वे लाईनवरील पूल बांधण्याचे प्रस्तावित होतं. रेल्वेलाईन वरील पुलाचा भाग रेल्वेवालेच बांधतात आणि त्यांनी तो बांधलाही होता उर्वरित लांबी ही सार्वजनिक बांधकाम उपविभाग निफाड मार्फत बांधण्यात येणार होती. रस्ता कुंदेवाडी गावातून जात होता परंतु गावात घर जवळजवळ असल्याने पायाच काम करणं सोपं नव्हतं किंबहुना बऱ्याच ठिकाणी पायापूरती देखील जागा उपलब्ध नव्हती. गाव नदी शेजारी होतं नदीच्या किनारी किनारी जाता येत होतं पण त्याने पुलाची लांबी कमी होत होती व पुलाला अपेक्षित असलेला उतार मिळणार नव्हता म्हणून मी एक शक्कल लढवली मी असं सुचवलं की जर आपण नदीपात्रावर एक वर्तुळाकार आकार देऊन पुलाची लांबी वाढवली तर त्यांनी गाड्यांना सहज चढता व उतरता येईल व आपल्याला अपेक्षित असलेला उतार मिळेल.

सगळ्यांना ती संकल्पना फार आवडली, त्याने भूसंपादनाचा प्रश्न देखील संपणार होता परंतु त्या वर्तुळाकार आकारावर नदीच्यावरील भागात थांबून बघण्याची व सेल्फी काढणाऱ्यांची गर्दी झाली असती व त्याने बरेच अपघात होण्याची शक्यता नाकारता येत नव्हती याशिवाय हा भाग नदीवर असल्याने आत्महत्या करणाऱ्यांसाठी देखील ती एक सोयीस्कर जागा बनली असती असा विचारांचा वावर बाकीच्यांच्या मनावर सूरू झाल्यानं माझी कल्पना मात्र बारगळली.

मोठ्या पूलांच्या बाबतीत निरीक्षण कट्टे म्हणजेच इन्स्पेक्शन गॅलरी देण्याचे धाडस मात्र बाळगलं जातं अर्थातच ते तितकं महत्त्वाचही असतं नाहीतर पुलाच्या बेरिंग्स व पुलाखालील भाग तपासणे शक्य होत

नाही. अशा ठिकाणचे सेल्फी अथवा व्हायरल व्हिडिओ माझ्या पाहण्यात अद्याप तरी नाहीत.

निरीक्षण भेटी

पूलांचे गर्डर एकमेकांना धरून ठेवणाऱ्या नदीच्या दिशेने समांतर असलेल्या भागाला डायफ्रेम म्हणतात, याचे प्रमुख काम म्हणजे गर्डरांना एकमेकांशी जोडून ठेवणे. ओझरखेड धरणाच्या स्पिलवेवरून उनंदा नदी वाहते, प्रमुख राज्यमार्ग तीन (MSH-३) रस्त्यासाठी या नदीवर एक पूल आहे. कार्यालयीन कामासाठी गेलो असता असंच पुलाच्या कठड्यावर नजर गेली, पुलाचा कठडा तुटलेला दिसला त्याच्या तुटण्यावरून तो कठडा गाडीच्या धडकीने न तुटता कंपनाने तूटल्यासारखा वाटत होता.

कठडे हे काँक्रीटचे तयार केलेले असतात त्यात स्टील रेनफोर्समेंट म्हणून दिलं जातं. काही झालं तरी दोन्ही पदार्थ वेगवेगळेच साहजिकच दोघांची नॅचरल फ्रिक्वेन्सी वेगवेगळी असणार म्हणजे रेझोनन्स वेगवेगळ्या वेळी येत असावा या फरकामुळेच स्टीलवर काँक्रीट एकमेकांपासून वेगळं होऊन कठडा तुटत असावा असा मी निष्कर्ष काढला. एवढ्या कंपनाचे कारण काय म्हणून मी व सोबत असलेले शाखा अभियंता श्री.अ. सु. शीरसाठ व अभियांत्रिकी सहायक श्री. हे. पं. खोटरे यांच्यासह पुलाखाली गेलो पुलाखाली गेल्यानंतर मात्र आश्चर्याचा धक्का बसला डायफ्रेम कापून काढल्यासारखा दिसत होता म्हणजेच जे त्याचं प्रमुख काम होतं ते त्याला करण अशक्य होतं. स्लॅब

हा गर्डरच्या वरच्या स्लॅबशी एकसंध असतो पण इथेही वाहतुकीच्या दिशेने तो कापून काढल्यासारखं दिसत होता. म्हणजे प्रत्येक गर्डर वेगवेगळ्या असल्यासारखं वागत होता दुष्काळात तेरावा महिना म्हणजे गर्डरची फारच कमी लांबी पियर कॅप वर ठेवली गेली होती दोन स्पन मधील पियर मध्ये पियर कॅप वर सुमारे एक मीटर इतकी फट पडली होती मी ती कधी 0.3 मीटरच्या वर पाहिलेली नव्हती किंवा तसं संकल्पनही पाहिलं नव्हतं या साऱ्या गोष्टी त्या अतिरिक्त कंपनांना कारणीभूत होत्या, साहजिकच पूल धोकादायक परिस्थितीत वाटत होता वर जाऊन तपासलं तेव्हा एक मीटरची गर्डर मधली पोकळी सुद्धा स्पष्ट दिसली पण त्या पोकळीने पुलाच्या स्लॅबवर खड्डा पडू नये म्हणून त्यात काँक्रीटचे ठोकळे बनवून टाकले होते पण ठोकळ्याच्या दोन्ही कडांना मात्र गर्डर व ठोकळा यात पोकळी असणारी रेषा स्पष्ट दिसत होती ती ही दोन्ही बाजूला.

कादवा नदीवरील पुलाच्या भेटीदरम्यान माझ्या लक्षात एक महत्त्वाची गोष्ट आली: काही पूल धोक्याची लक्षणे दाखवतात, तर काही पुलांना धोका वेगळ्याच कारणांमुळे असू शकतो. असाच एक जुना पूल नाशिक, दिंडोरी, वनी आणि सापुतारा या मार्गावरील प्रमुख राज्य महामार्ग क्रमांक तीनवर बांधलेला होता. गुजरातकडे जाणारी बहुतांश वाहतूक या रस्त्याने होत असल्याने, पुलाच्या दोन्ही बाजूंना वाहतुकीची कोंडी होऊ लागली होती. यामुळे, आणखी एका समांतर पुलाची

आवश्यकता भासली होती, असा इतिहास सोबत असलेल्या शाखा अभियंत्यांनी सांगितला.

मला त्यांनी काही महत्त्वाच्या गोष्टीं सांगायला सांगितल्या. आम्ही पुलाच्या खाली उभे असताना मी त्यांना प्रश्न विचारायला सुरुवात केली. पहिला प्रश्न होता: "जुना पुलाच्या गर्डरला छिद्र आहेत, परंतु नवीन पुलाच्या गर्डरला नाहीत. असं का? जुना पूल बांधणाऱ्यांची धारणा बरोबर होती की नवीन पूल बांधणाऱ्यांची?"

दुसरा प्रश्न: "गर्डरला चिकटवलेल्या ठोकळ्याला छिद्र का आहेत?"

अशा अनेक प्रश्नांपैकी पहिला प्रश्न महत्त्वाचा होता, कारण दोन्ही पुलांमध्ये हा एकच मोठा फरक होता. त्या तिघांनी बऱ्याच प्रश्नांची उत्तरं देण्याचा प्रयत्न केला, पण त्यांना समाधानकारक उत्तर देता आलं नाही. त्याची परिणती शांततेत व परिणामी विषयांतरात होऊ लागली. गर्डर वरील पाकोळ्यांच्या चिखलाच्या घरट्यानं त्याची जागा घेतली, इवल्याश्या पक्षानं आपल्या चोचीत आणून आणून कादवा नदीच्या गाळातील चिखलानं आपलं घरटं साकारलं होतं. पाकोळी पक्षाची ओळख म्हणजे त्याची लांब पण दुभंगलेली शेपटी पण त्यानं बांधलेल्या मातीच्या घरटयांना मात्र तडयांनी भंगलेलं नाही आणि तेही घरटं गर्डरला चिटकवलेलं असूनही, जसं काही ती शेपूट मातीचा एकूण एक गोळा उचलतांना संभाव्य तडयांची आठवण करून देत असावा. आपल्याला मात्र कॉंक्रिट मध्ये स्टील टाकल्याशिवाय तडे थांबवणं जमत नाही. त्या मातीचं, घरटं व पिलांसहीत नर व मादीचं वजन घेण्याची क्षमता. त्या पक्षाचं मातीबद्दल व घरटेशास्त्राबद्दलचं सखल ज्ञान पाहून आम्ही सारेच मंत्रमुग्ध होतो, मंत्र ऐकू येतात हे माहीत होतं, साक्षात्कार

मात्र त्या घरट्याच्या माध्यमातून होतं होता. पावसाचा मारा घेऊनही न झिजणारं घरटं आमच्या विषयाची झीज करत होतं पण पूर्ण झीज होण्याआधीच मी भानावर आलो आणि विषयांतर थांबवलं.

पहिल्या प्रश्नाचं उत्तर स्पष्ट करण्यासाठी मी त्यांना अजून एक प्रश्न विचारला: "जर बोट लोखंडाची बनलेली असते, आणि लोखंडाची घनता पाण्यापेक्षा कितीतरी अधिक असते, तर बोट पाण्यावर तरंगते कशी?"

त्यांना पुन्हा गोंधळलेलं वाटलं, मग मी स्पष्टीकरण सुरू केलं, "बोट जेव्हा पाणी बाजूला सारते, तेव्हा त्या आकारमानात बराचसा भाग हा हवेमुळे असतो, आणि हवेची घनता पाण्यापेक्षा कमी असते. यामुळे, बोटीने बाजूला सारलेल्या एकूण आकारमानाची घनता पाण्यापेक्षा कमी ठरते, आणि म्हणूनच बोट पाण्यावर तरंगते."

"तसंच जर गर्डरला छिद्र नसलं, तर पाण्याची पातळी वाढल्यावर आणि पुलावरून पाणी वाहू लागल्यावर, हवा गर्डरमध्ये अडकून राहू शकते. अशा परिस्थितीत, सुपर-स्ट्रक्चर बोटीसारखं पाण्यावर तरंगू शकतं, जी एक धोकादायक स्थिती असू शकते. गर्डरला छिद्र ठेवल्यामुळे ही समस्या टाळता येते, कारण त्या छिद्रांमधून हवा बाहेर जाऊ शकते."

"(I) आय-टाइप गर्डरच्या बाबतीत छिद्र देऊन अशा संभाव्य अपघातांना प्रतिबंध करता येतो. परंतु बॉक्स-टाइप गर्डरमध्ये याचा फारसा उपयोग होत नाही, त्यामुळे त्याचा तळ उच्चतम पुरपातळीच्या

किमान तीन ते चार मीटर उंच असावा लागतो, कारण असे पूल बुडण्याच्या शक्यतेत गृहीत धरलेले नसतात."

" (I) आय-गर्डर देखील बुडणारं मानलं जात नाही, पण अनपेक्षित परिस्थितींचा विचार करून त्यात छिद्रं ठेवली जातात. त्याचप्रमाणे, बॉक्स-गर्डरमध्ये देखील योग्य ठिकाणी छिद्रं ठेवली जावीत, जेणेकरून अशा अनपेक्षित संभावनांना सामोरं जावं लागणार नाही."

बॉक्स गर्डरची संरचना पाहण्याचा अनुभव मला पहिल्यांदा आला तो जळगाव जिल्ह्यातील विदगाव पुलावर. तापी नदीवरील हा मोठ्या पुलांपैकी एक, आणि त्याच्या दुरुस्तीचं काम सुरू होतं. त्याचं सुपर-स्ट्रक्चर प्रिस्ट्रेस प्रकारचं होतं, तर पाया वेल प्रकारचा होता, जो गाल्यींडिंग करून संरक्षित केला होता. वक्राकार झालेल्या बॉक्स गर्डरला ६० टन भाराचं बाह्य प्रिस्ट्रेसिंग करण्याचं काम चालू होतं.

आम्ही चोपडा उपविभागावरून जळगावच्या मंडळ कार्यालयात ये-जा करत असताना, एके दिवशी कामकाजासाठी जाताना आमच्या उपविभागीय अभियंत्यांनी पुलाजवळ गाडी थांबवली. ते आम्हाला घेऊन पुलावर गेले. पुलाजवळच एका ठिकाणी बॉक्स गर्डरमध्ये उतरण्यासाठी एक मोठं छिद्र होतं, आणि त्यातून आम्ही आत प्रवेश केला. आत कामगार ब्लिस्टरभोवती काम करत होते. आजूबाजूला विजेच्या तारा पसरलेल्या होत्या, आणि तात्पुरती उजेडाची

व्यवस्था केली होती. बाहेर कडक उन्हाचा लखलखता प्रकाश होता, पण आत विजेच्या बल्बच्या उजेडाशिवाय सर्वत्र काळाकुट्ट अंधार होता.

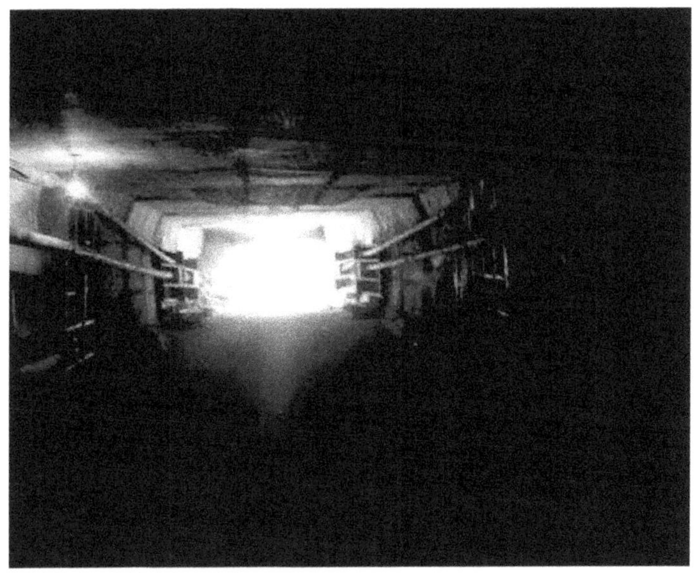

ते पाहून मला छत्रपती संभाजीनगर, तत्कालीन औरंगाबाद, येथील देवगिरी किल्ल्याची आठवण झाली. मी अभियांत्रिकीचं शिक्षण घेत असताना त्या किल्ल्याला भेट दिली होती. किल्ल्याच्या

तळमजल्यावरून वर जाणाऱ्या "अंधेरी गुहा" या जिन्यांसदृश्य भागात भरदिवसा असाच काळाकुट्ट अंधार असायचा. शत्रूला फसवण्यासाठी आणि प्रकाशाच्या गुणधर्मांचा उपयोग करून स्थापत्य रचनेत आवश्यक असलेले बदल करणे, या बाबतीत आपल्या पूर्वजांचं ज्ञान किती अद्वितीय होतं याची प्रचिती आली होती. असं काही ज्ञान आजच्या बॉक्स गर्डरमध्ये वापरलं असतं, तर विजेच्या बल्बची गरज पडली नसती. बाहेरचा लखलखता प्रकाश आतमधून नेण्याची सोय करता आली असती. मात्र, आजच्या धावत्या युगात अशी दूरदृष्टी ठेवायला कोणाकडेच वेळ नाही.

पुलाच्या पूर्ण लांबीत आम्ही बॉक्स गर्डरच्या आतूनच फिरलो. बॉक्स गर्डरला प्रसरण साधा असतो. तिथून जाताना खाली पाहिलं, तर उंची बघून मनात धडकी भरली. पुलाची उंची अंदाजे २५ ते ३० मीटर होती.

आम्ही बॉक्स गर्डरमध्ये पुलाच्या उजव्या बाजूकडील बाजूकडून शिरलो होतो, आणि पुलाच्या उजव्या बाजूकडूनच पुन्हा बाहेर आलो. आत फिरताना वर काँक्रीट तुटल्यासारखे जाणवत होते, म्हणून साहेबांनी आम्हाला पुलावरही फेरफटका मारायला नेले. वर दोन प्रकारची कामं चालू होती. पहिलं, पुलावरचा वेअरिंग कोर्स तोडणे आणि दुसरं, नवीन मॅस्टिक ॲस्फाल्ट वेअरिंग कोर्स करणे. अर्थातच, दोन्ही कामं पुलाच्या वेगवेगळ्या लांबी आणि रुंदीवर चालू होती.

पुलाच्या वेअरिंग कोर्सचं वजन इतकं असतं की ते टनांच्या घरात जातं. त्यामुळे खराब झालेला जुना वेअरिंग कोर्स काढून टाकल्याशिवाय नवीन टाकणे अपेक्षित नाही. नाहीतर एकावर एक थर चढवून विनाकारण वजन वाढत जाईल आणि पुलाला धोका निर्माण होईल. कितीही जिकिरीचं काम असलं तरी वेअरिंग कोर्स करणं फार महत्त्वाचं आहे, कारण वाहनांची कंपन आणि ब्रेक लावल्यानंतर होणारे घर्षण वेअरिंग कोर्सचं सामना करतो. अन्यथा पुलाच्या स्लॅबला मोठा धोका निर्माण होईल.

या पुलाच्या बाबतीत मात्र जुना वेअरिंग कोर्स कॉंक्रीटचा होता आणि नवीन डांबराच्या मिश्रणाचा. पाहण्याचा योग माझ्या आयुष्यात पहिल्यांदाच आला होता. त्यावरून वाहनं सटकू नयेत म्हणून त्या दगडांचे खडे रोवण्याचं काम चालू होतं. तसं, मॅस्टिक ॲस्फाल्ट पाहताना गुळगुळीत पृष्ठभागासारखं दिसतं, पण घर्षणाच्या दृष्टीने दगडांचे खडे रोवणं ही महत्त्वाची बाब आहे.

पुलाचा वाक (deflection) वजनामुळे आला होता. काँक्रीट आणि डांबरी मिश्रणाच्या घनतेची तुलना करता वजन कमी होणार होतं, आणि 60 टन क्षमतेच्या अतिरिक्त प्रिस्ट्रेसिंगमुळे पुलाचा वाक कमी होणार होता. यावरून पुलाच्या प्रत्येक घटकाचा पुलाच्या योग्य पद्धतीने काम करण्याच्या क्षमतेत किती मोठा सहभाग असतो हे कळतं.

बऱ्याच क्षेत्रिय अधिकाऱ्यांना पुलाच्या प्रकारानुसार वेअरिंग कोर्स देखील बदलतो हे सुद्धा माहीत नसतं, त्यात पूर्णपणे त्यांची चुकी आहे, असं म्हणता येणार नाही. आपल्याकडे कनिष्ठ अभियंता/ शाखा अभियंता /सहाय्यक अभियंता श्रेणी-२ यांना प्रशिक्षण देण्याची पद्धतच नव्हती व ज्यांना प्रशिक्षण देण्याची पद्धत आहे असे सहाय्यक अभियंता श्रेणी एक व सहाय्यक कार्यकारी अभियंता यांना आपण वर्ग एक अधिकारी आहोत आपल्याला फक्त कनिष्ठ अभियंता शाखा अभियंता/सहाय्यक अभियंता श्रेणी-२ यांच्याकडून कामे करून घ्यायची आहेत त्यामुळे बऱ्याच अधिकाऱ्यांचं प्रशिक्षणात फारसं लक्ष नसतं त्यामुळे अशी परिस्थिती आढळते हा निष्कर्ष मी माझ्या एक वर्षाचं

प्रशिक्षण व मागील सात वर्षांपासून ठीक ठिकाणी मला व्याख्यानासाठी बोलवण्यात आलेल्या अनुभवांवरून काढला.

सामान्यपणे, उच्चस्तरीय (हाय लेवल) पुलांवर डांबराचा वेअरिंग कोर्स आणि सबमर्सिबल (बुडीत) पुलांवर काँक्रीट वेअरिंग कोर्स दिला जातो, असा एक ठोकताळा वापरला जातो. याचं मुख्य कारण म्हणजे बुडीत पुलांवरून पाणी वाहत असतं, आणि डांबराच्या तुलनेत पाण्याची आकर्षणशक्ती अधिक असल्याने, पाण्याचा परिणाम डांबराच्या वेअरिंग कोर्सवर होतो. ज्या डांबराने खड्यांच्या पृष्ठभागाचं आच्छादन केलेलं असतं, ते आच्छादन पाण्याच्या संपर्कात आलं की हळूहळू निघून जातं. हा अनुभव विभागातील अनेक अभियंत्यांच्या निरीक्षणात आलेला आहे.

माझ्या मते, या घटनेला "रवलिंग" म्हणता येईल. रॅवलिंग म्हणजे डांबरी रस्त्यावर पावसाळ्यात दिसणारी पृष्ठभागाची खराबी. सामान्य रस्त्यांवर पाऊस पडला की ती समस्या दिसून येतेच, मग पुलावरही पाऊस पडतो, त्यामुळे उच्चस्तरीय पुलांवरचा डांबरी वेअरिंग कोर्ससुद्धा खराब होईल असा विचार मला आला, ज्यामुळे विभागातील अस्तित्वात असलेल्या सर्वसाधारण धारणा बदलण्याची गरज वाटली.

जर नीट पाहिलं तर डांबरी वेअरिंग कोर्स हा डीबीएम (Dense Bituminous Macadam) अधिक बीसी (Bituminous Concrete) असावा, असं महाराष्ट्र शासनाच्या मार्गदर्शक तत्त्वांमध्ये नमूद आहे. या मिश्रणाची घनता अधिक असल्याने, पावसाच्या पाण्याचा त्यावर फारसा परिणाम होत नाही. अगदी पुलावर पाणी साचून राहिलं तरीही, हे थर टिकाऊ असतात, आणि पृष्ठभाग दीर्घकाळ टिकवून ठेवण्यास सक्षम असतो.

बुडीत पुलांवर डांबरी वेअरिंग कोर्स वापरणं हे मला काहीसं विचित्र वाटतं. कारण, बीसी (Bituminous Concrete) च्या रॅव्हलिंगपेक्षा त्याच्या पापुद्रे निघून खराब होण्याचा अनुभव अधिक आठवतो. बहुतेक हाच कारण असेल की बुडीत पुलांवर बीसीचा वापर केला जात नाही, अशी माझी धारणा आहे. याबाबतची संकल्पना मला सीपीएमच्या मोर्चादरम्यान पेठ तालुक्यातील प्रजिमा ११ वरील दाभाडी जवळील पाईप मोरीवरील स्लॅब वाहून गेल्याच्या घटनेबाबत मी दिलेल्या स्पष्टीकरणात उमगला.

श्री. डी. एस. कशाळकर साहेबांची कार्यकारी अभियंता म्हणून पदोन्नती झाल्यानंतर पेठ उपविभागाचा अतिरिक्त कार्यभार माझ्याकडे दीड महिने माझ्याकडे आला होता. जेमतेम दहा ते पंधरा दिवस झाले होते, उपकार्यकारी अभियंता आणि उपविभागीय अभियंता म्हणून मी दोन्ही काम पाहत होतो. माझं जन्मस्थान पेठ तालुक्यातलंच असल्यामुळे मला त्या परिसराची चांगली ओळख होती. या दहा पंधरा दिवसाच्या कालावधीत मला पूर्ण तालुका फिरायला जमला नसलं, तरी पुलांचं सर्वेक्षण आणि काही तांत्रिक अडचणी सोडवण्यासाठी मी त्र्यंबकेश्वर, पेठ, दिंडोरी या तालुक्यांमध्ये वारंवार फिरत असे.

त्यामुळं सीपीएमच्या मोर्चात अचानक पाईप मोरीबाबत विचारण्यात आलेल्या प्रश्नाने मी गांगरलो नाही. माझ्या जागी दुसरं कोणीतरी असतं तर कदाचित त्याला त्या रस्त्याशी संबंधित शाखा अभियंत्याला प्रश्न विचारावा लागला असता. दुर्दैवाने, त्या रस्त्याचे शाखा अभियंता उपस्थित नव्हते, आणि अभ्यास करून सांगतो असं उत्तर दिलं कि जनसमुदाय फारच भडकत असल्यानं चांगलीच फजिती झाली असती.

माझं नशीब एवढंच की, मी त्या रस्त्यावरून अनेकदा प्रवास केलेला होता. हा रस्ता पेठमधून राज्यमार्ग २३ ला म्हसगणजवळ जाऊन मिळतो. म्हसगण माझ्या साडूचं गाव. मी तेथे एका नातेवाईकाचं लग्न होतं म्हणून गेला होतो. झाडीपाड्याला हळदीसाठी जाऊन दुसऱ्या दिवशी मुक्काम म्हसगणला केला होता. त्यानंतर जोगमोडीमार्गे न जाता पेठ ला जाण्याचा जवळचा रस्ता म्हणून त्या मोरीच्या रस्त्याची निवड केली.

मोरीजवळ पोहोचल्यावर, नदीचं पात्र पूर्ण भरलेलं होतं. मोरीचं अस्तित्वच दिसत नव्हतं. मात्र, एक क्रुझर आणि एक गामा ट्रॅक्स गाड्या नदीच्या पात्रात धूतल्या जात होत्या. मी गाडी रस्त्याच्या कडेला लावून नदीकडे पाहिलं. पाण्यात काँक्रीटचा रस्ता दिसत होता. दोन्ही गाड्या मोरीच्या विरुद्ध कडेला होत्या, आणि पाण्याची खोली गुडघ्याएवढी होती.

मी क्रुझर चालकाला विचारलं, "गाडी जाईल का?"

त्याने होकार दिल्यावर, मी गाडीत बसून सावधपणे गाडी नदीपात्रातून चालवायला सुरुवात केली. गाडीच्या हालचालीने पाण्यात लाटा उठत होत्या, आणि त्यात काँक्रीटचा रस्ता दिसेनासा झाला. हीच माझी भीती होती. मात्र, सुखरूप दुसऱ्या काठावर पोहोचलो. नंतर पुन्हा गाडी रस्त्याच्या बाजूला लावून, पॅन्टची घडी करून गुडघ्याच्या वर खेचून घेतली, आणि गाडी धुत असलेल्या लोकांशी विचारपूस करायला नदीत उतरलो.

मी: ह्या पाणी आसाच रहतय?

गामा ट्रॅक्सवाला: नाय, कोल्हापुरीची दारा बंद केली का मगच.

मी: मग आता काय दारा काय नाय टाकेल?

गामा ट्रॅक्सवाला: पावसाळेत काहढून ठवत्यात पण आता फळ्या टाकल्या होव्या, मागा पाऊस पडला तेचेनी हया तुंबलाय.

मी: मग पावसाळेत हे मोरी वरून पाणी कितीक वर राहत?

गामा ट्रॅक्सवाला: पूर आलेवर आपण बुडू होडाक.

मी: पाणी जोरात रहत का?

गामा ट्रॅक्सवाला: हव, पक्के जोरात, माणसाची धीवश्या नाय हो उतरायची.

मी: चला मग.

हा प्रसंग डोळ्यासमोर आल्यानं, त्या मोरीवर नंतर नवीन काँक्रीट स्लॅब टाकला असावा व तो वाहून गेल्या बाबत सदर प्रश्न विचारला गेल्याच माझ्या लक्षात आलं. जुन्या काँक्रीटवर नवीन काँक्रीट बॉडिंग एजंट व अँकर बार टाकल्याशिवाय शक्यतो टिकाव धरत नाही, नवा जुण्यापासून वेगळाच होतो. पाण्यात बुडाल्याने आर्किमिडीज च्या तत्त्वानुसार त्याचं वजन साहजिकच कमी झालं ज्या नवीन व जुन्या स्लॅब मध्ये सांधला न गेल्यानं जो तडा जातो त्या तड्यातून एकदा का पाणी शिरलं की बायोन्सिमुळे अगोदरच कमी झालेल्या वजनामुळे व त्यावर लागणाऱ्या प्रवाहाच्या वेगामुळे तो स्लॅब ढकलला गेला असणार, त्याने तो थोडा उचकण्याची शक्यता उद्भवते तो थोडा उचकला की त्याखाली अधिक पाणी शिरू लागतं हे शिरलेल पाणी स्टॅगनेशन प्रेशर लावून स्लॅबला वर ढकलत त्याने तो आणखी वर उचलला जातो व प्रवाह त्याला अधिकाधिक पुढे ढकलतो आणि शेवटी खूप उचलला गेल्याने प्रवाहाचा भार त्याच्या वजनापेक्षा अधिक होऊन तो फेकला गेला असणार अस

मी मोर्चासमोर स्पष्टीकरण दिलं. ही गोष्ट अकरावी बारावीला सायन्स न घेतलेल्या अथवा अभियांत्रिकीचे शिक्षणात फ्लुईड मेकॅनिक्स हा विषय नसलेल्या कोणालाही पचणी पडणार नव्हता, साहजिकच अशा मोर्चात उच्चशिक्षित सहसा सहभाग घेत नाही त्यामुळे मी जे स्पष्टीकरण दिले ते कोणाकोणाला कळलं हे मला कळालं नाही पण माझं पूर्ण स्पष्टीकरण लोक टक लावून शांतपणे ऐकत होते.

हीच घटना बुडीत पूलांच्या बाबतीत बी.सी. चा थर डी.बी.एम. वर देऊन होऊ शकते त्यांचे पापुद्रे सहजपणे वेगवान प्रवाहात फेकले जाऊ शकतात त्यामुळे जुन्या लोकांनी बुडीत पूलांच्या बाबतीत बी.सी. अधिक डी.बी.एम. हे थर टाकले असावेत आरसीसी वेअरिंग कोर्स स्टीलच्या जाळी मुळे एकसंध होऊन व पुलाच्या दोन्ही बाजूस दिलेल्या कर्बच्या मधोमध सुरक्षित राहून तक धरू शकतो.

बुडीत प्रकारच्या पुलात पूर्ण लांबीत अखंड कर्ब दिला जात नाही या उलट हाय लेवल पुलाला पूर्ण लांबीत अखंड कर्ब दिला जातो फक्त प्रसरण सांध्याच्या तिथे यालाही 25mm चा खंड पडतो. नवीन आलेल्या टाईप प्लॅनमध्ये हाय लेवल पुलाच्या बाबतीत कर्ब काढून आता क्रश बॅरियर टाकला आहे, त्याची उंची सुमारे १.२ मीटर इतकी असते त्यांची संरचना गाडी त्यावर धडकली तरी ती पुन्हा पुलावर वाहतुकीच्या दिशेने फिरेल अशी केलेली असते साहजिकच प्रवाहाच्या रोधाचा विचार करून पुलाच्या बाबतीत असे वर्गीकरण केलेले आहे.

बुडीत पूल बुडत असल्याने कर्बची उंची लहान 0.3 मीटर, तोही खंडित प्रत्येक कर्बमध्ये सुमारे 0.6 मीटर इतके अंतर त्याची लांबी 1.4 मीटर त्यामुळे स्लॅब बुडला तरी पाणी सहज निघून जाऊ शकते. क्रॅश बॅरियर अखंड असल्याने व उंची अधिक असल्याने ते पाण्याच्या

प्रवाहाला नक्कीच थांबवेल त्याने पूल पलटण्याची भीती राहील म्हणून तो फक्त हाय लेवल पुलालाच वापरावा.

भटकंती

नंदुरबार जिल्ह्यातील तळोदा तालुक्यातील पुलाच्या भेटीदरम्यान आपल्या महाराष्ट्र राज्याच्या हद्दीतून गुजरात राज्याच्या हद्दीत व नंतर महाराष्ट्राच्या हद्दीत असं जावं लागतं गुजरात राज्याच्या हद्दीत एका पुलावरून गाडी जाताना त्यावर साठलेलं पाणी पाहिलं, रिमझिम पाऊस चालू होता त्यांन त्या पुलाचं डबकं व्हावं हे अपेक्षितच नव्हतं. उतरून पाहिलं तर पुलाची उंची ही दोन्ही बाजूच्या रस्त्याच्या पातळीपेक्षा कमी होती रस्त्याला पुलाच्या दिशेने उतार होता आणि रस्त्यावरून वाहणारे पाणी पुलावर जात होतं. पुलाला एकच गाळा असल्याने एक्सपांशन जॉईंट पुलाच्या मध्ये येण्याचा प्रश्नच नव्हता पाणी तुंबलेलं यावरून वॉटर्स पाउट बुजले गेले असावे अथवा दिले गेले नसावे याचा संशय येत होता. तुंबलेल्या पाण्यामुळे रस्त्यावरून फक्त निष्कर्ष काढता येत होते, सत्याचेही प्रकार पडू शकतात हे मी काढलेल्या निष्कर्षवरून जाणवत होत. मानवी जीवनातही तसंच होत असावं, प्रत्येक व्यक्तीचा दृष्टिकोन वेगवेगळा असू शकतो, त्यानं त्याने काढलेले निष्कर्श वेगवेगळे असू शकतात. म्हणजेच जे आपल्याला सत्य वाटतं, जे इतरांना सत्य वाटतं आणि जे खरंच सत्य असतं जे कधीच बदलत नाही. पूल आमच्या हद्दीतील नसल्यामुळे पुलाखाली जाऊन निरीक्षण करण्याचं टाळलं. पुलाला जर खंडित कर्ब असते तर नक्कीच पाणी निघून गेलं असतं म्हणून ज्या पूलांच्या बाबतीत रस्त्यांना पुलाच्या दिशेने उतार आहे अशा पुलांवर जर क्रॅश बॅरियर दिले तर पुलावर पाणी तुंबण्याची दाट शक्यता आहे अशी माझी धारणा झाली. डोंगराळ भागात अशी परिस्थिती हमखास.

ऑगस्ट 2022 पासून मी सार्वजनिक बांधकाम उत्तर विभाग नाशिक येथे उपकार्यकारी अभियंता म्हणून रुजू झालो वर्तमानपत्र,

यूट्यूब व टीलीव्हिजन वरील बातम्यांमध्ये शाळकरी पोरांना भांड्यांमध्ये बसवून त्यांचे पालक दमन नदी ओलांडण्याचं दाखवल्यानंतर महाराष्ट्र शासनाने तातडीने पेठ तालुक्यातील काहांडोळपाडा गावाजवळ पुलाची तरतूद येणाऱ्या बजेटमध्ये केली. पेठ उपविभागातील अभियंत्यांनी मला सोबत येण्याविषयी विचारलं, घोटविहीरा हे माझ्या मामाचं गाव, तेथून अवघ्या अडीच ते तीन किलोमीटर अंतरावर. त्या भागात बऱ्यापैकी जंगल टिकून आहे मे महिन्याच्या सुट्टीत आम्ही पोरं पोरं सकाळी पाच वाजेपासून गावातून गायब राहायचो सकाळचा नाश्ता तो जंगलातल्या फळांचा, आळीव, करवंद, टेंभूर्न, आंबे, तोरणं जी त्या दिवशी नशिबी आली ती.

दुपारचं जेवणही बऱ्याचदा हिच फळं पण कधी कधी त्यात ओहळातील दगडाखाली पकडलेले खेकडे, डोहातून फाटक्या चिंधकाच्या साहाय्याने धरलेल्या शिंवड्या याचा कधी कधी सामावेश कुठल्याही मसाल्यांचा वापर न करता केला जाई. भाजलेले खेकडे व कच्या शिंवड्याची चटणी फार रुचकर लागे. पाणीही जिथं भेटेल ते, पळसाचा डोमा ग्लास बनायचा. पण असं पाणी पिण्यांन कधी जुलाब

लागले नाही आता घरी R.O. बसविल्यानंतर गावी कुणाचं पाणी प्यायलो तरी पोटात गुडगुड सूरू होते.

संध्याकाळच्या व्हायच्या आत मात्र गावात पोहोचायचं अशा या भटकण्यानं तिथल्या भौगोलिक परिस्थितीची व वन्य जीवनाची थोडीफार माहिती झाली, डोंगरातून दरीत उतरणाऱ्या ओहळातील दगडाखाली

खेकडे पकडताना, डोंगराच्या भुरचनेची ओळख झाली, त्याचा फायदा २०२२ साली प्र.जि.मा.-१३ वरील घोटविहीरा गावाजवळील घाटरस्त्याचा १००-१५० मीटर लांबीचा, २०१९ सालापासून दरवर्षी तुटणारा भाग दुरुस्त करणेसाठी झाला.

२०१९ साली नाशिकच्या पेठ तालुक्यातील घोटविहीरा गावाच्या परिसरात भूकंपाच्या धक्यामुळे मोठ्या प्रमाणात भुसनखलन होत आहे, अशी बातमी स्थानिक वृत्तपत्रातून वाचण्यात आली होती. त्यामुळं उंमरमाळ पाड्याच्या 15 कुटुंबाना करंजपाडा या जवळच्या गावात स्थलांतर करण्यात आलं होतं. स्थानिक नागरीकामध्ये भीतीचं वातावरण आहे, घोटविहिराच "माळीन" होण्याची भीति व्यक्त होत आहे, ग्रामस्थ आपला जीव मुठीत घेऊन गावात वास्तव्य करत आहेत... अस्स बातम्यांचं ताट मीठ मसाला लावून मांडण्यात येत होतं. त्यामुळं तहसीलदार व पोलिस ठाण्याच्या अधिकार्यानीही परिस्तितिच गांभीर्य लक्षात घेत घोटविहीरा कड़े धाव घेतली.गावातील ग्रामस्थानच्यां बोलण्यात तथ्य असल्याच कळताच पोलिसांनी 2 ते 3 किलोमीटर डोंगराच्या खाली असलेल्या उंमरमाळ मधील 15 घरांतील नागरिकांना सुरक्षित स्थळी हलवलं होतं. तीच परिस्थिती २०२२ साली पण ह्यावेळी नागरिकांना खरपडीच्या आश्रम शाळेवर हलविण्यात आलं. २०१९ पासून ते २०२२ या तीन वर्षाच्या प्रदीर्घ कालावधीत निर्ढावलेली लोकं मात्र आता दिवसा आश्रम शाळेवर हजेरी लावण्यापुरती तर रात्री स्वतःच्या घरी निवांत निजत. प्रशासनाला मात्र आपण उत्तम आपत्तीव्यवस्थापन करत आहोत याचा पक्का अंधविश्वास.

मी सुचविलेल्या ओहळापर्यंत जाणारी आडवी जंगल गटार व वेगानं पाणी वाहून नेऊ शकतील अश्या रोड गटारी व तीन मोऱ्या या काही महत्त्वाच्या तरतुदींमुळे नेहमी तुटणारा डोंगराचा भाग, पुढचं ठाऊक नाही पण मागील २ वर्षांपासून तरी सुस्थितीत आहे.

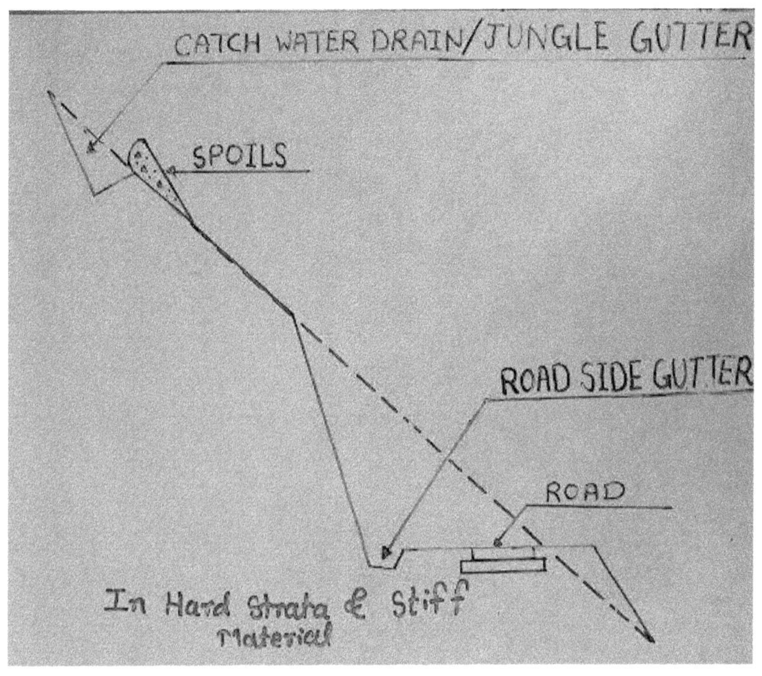

अशा अनुभवामुळे व स्वतःच्या गावाकडील भागाच्या विकासात आपला हातभार म्हणून मी या पुलाच्या सर्वेक्षणापासून ते अंदाजपत्रकापर्यंत त्यात मी भरपूर सहभाग घेतला तसं तर संकल्पचित्र विभागाने दिलेल्या पुलाच्या सर्वसाधारण आराखड्यानुसारच सर्व अंदाजपत्रक तयार होतं पण त्यांच्या या आराखड्यातील क्रश बॅरियरला मी शेवटपर्यंत विरोध दर्शविला. त्याचं कारण तिथली भौगोलिक परिस्थिती, रस्ते पुलाच्या दिशेने उतरते होते व त्या भागात पाऊसही सुमारे 3000 मिलिमीटर इतका पडतो, पण हाय लेवल पूल म्हणून क्रश बॅरियरच द्यावा लागेल हे सांगून माझ्या विरोधाला कोणी जुमानले नाही मी गुजरातच्या पुलाचं उदाहरण देऊन स्पष्टीकरण देण्याचा प्रयत्नही केला होता पण सगळं व्यर्थ.

भराव

पुलाचा एखादा दुर्लक्षित घटक किती महत्त्वाचा असू शकतो याची प्रचिती मला एका प्रसंगाने आली. माझ्या मधल्या मामाच्या मोठ्या मुलाचं लग्न होतं. वऱ्हाड नवरीच्या गावी लग्नकार्यासाठी चालल होत. वऱ्हाडी मंडळीसाठी गामा ट्रॅक्स केल्या होत्या. वाजंत्री टपावर बसून वऱ्हाड वाजत गाजत चाललेल होत. अर्ध वराड गाड्यांच्या आत बसलेलं, त्यात शक्यतो बायाच व लहान पोर बाकीचं टपावर, त्यात तरुण पोरं पुरुष मंडळी.

वाजत गाजत चाललेल्या वऱ्हाडाच्या वाजंत्र्यांनी अचानक वाजवणं थांबवलं, गाडी थांबवायला लावली. गाडी थांबताच जीवाच्या आकांताने एक माणूस रडताना दिसला. रस्त्याच्या बाजूला दुचाकी लावलेली होती. सोबत एक लहान मूल व तेही केविलवाण्या नजरेने आईला बिलगून फार रडत होतं. बाईला त्या माणसांना आपल्या छातीशी धरलेलं होतं पण ती रडत नव्हती, किंबहुना हालचाल ही करत नव्हती. तिचे हात जमिनीच्या दिशेने लोमकळत होते. गाडी थांबून दोन चार शहाणी मंडळी त्या बसलेल्या माणसाकडे गेली बाईचा डोकं मागून फुटलं होतं. लोकांनी त्याला घटलेली हकीकत विचारली त्यांना मोरीचा स्लॅब व रस्ता यातील खटकीवरून गाडी जोरात गेल्याचं व ती त्या गचक्याने ती मागं डोक्यावर पडल्याच सांगितलं. त्या माणसांनी तिचा श्वास तपासला, श्वास येत नव्हता. अंग थंड पडलं होतं. तो केवळ एक मृतदेह उरला होता. लोकांनी त्याच्या गावची विचारपूस करून त्याच्या गावकऱ्यांना फोन लावून घडलेली घटना सांगितली व गावकरी येत असल्याची खात्री झाल्यावर सारं वराड तेथून निघालं.

ह्या खटक्या पडण्याचं महत्त्वाचं कारण म्हणजे उभी रबल पिचिंग व फ्लेक्सिबल स्टोन मॅट न देण. पुलाच्या अंदाजपत्रकात या घटकांची फारशी किंमत नसते त्यामुळे काम करताना बऱ्याचदा या घटकांकडे दुर्लक्ष केलं जातं.

ग्रामीण भागात एका दुचाकी वर तीन-चार लोक जाण्याचं मी बऱ्याचदा पाहिल आहे. त्यामुळे ग्रामीण भागात अशा खटक्या पडू नयेत याची प्रामुख्याने दक्षता घ्यावी.

दुचाकी स्वारांच्या बाबतीत या खटक्यांमुळे माणसं जीवांशी जाऊ शकतात तर चार चाकी विशेषतः कार च्या बाबतीत गाडी आढळून सस्पेन्शन निकामी होणं, गाडीखाली लागणं या प्रकारांमुळे बरच नुकसान होतं कधी कधी तर काही मजेशीर प्रकारही घडतात.

नाशिक शहरात राहू हॉटेल जवळच्या परिसरात बरीच शिक्षक मंडळी राहतात. बहुतांश शिक्षक ग्रामीण भागातील शाळेवर ये-जा करणे साठी एकत्र मिळून एका विशिष्ट ठिकाणापर्यंत कारचा वापर करतात व पुढे दुचाकीने जातात. अशाच एका महिलांची एर्टिगा ही गाडी माझ्या गाडी मागून येत होती रस्त्यात एक छोटा स्लॅब ड्रेन होता तोही उंच खटकी पडलेला. मी गाडी तिरकी टाकूनही माझी गाडी स्लॅब वरुन खाली उतरताना लागली. मी गाडी बाजूला लावून खाली तपासू लागलो अचानक मागे पाहतो तो काय त्या स्लॅब ड्रेन वर ती एर्टिगा गाडी, गाडीचा खालचा भाग स्लॅबवर व पुढची व मागची चाकं स्लॅबच्या बाहेर पण रस्त्याला मात्र टेकत नव्हती, हवेतच गोल फिरत होती. मला काही हसू आवरेना त्या दिवशी बायांना ड्रायव्हिंग सेन्स पुरुषांपेक्षा कमी असतो याचा अजून एक पुरावा मला मिळाला.शेवटी चाकाखाली दगडांनी थोडा भराव करून ती गाडी निघाली.

पूलाला लागूनच संरक्षक भिंती असतात त्याला रिटर्न्स म्हणतात पुलाच्या मागे जो भराव केला जातो त्याला धरून ठेवायचं काम ह्या रिटर्न्स करतात. पूलाच्या Abutments मध्ये विंग भिंतींची सामान्यतः तीन प्रकारात मांडणी करता येते.

(i) Abutments च्या समांतर विंग भिंती: ही सर्वात सोपी आणि जलद बांधता येणारी रचना आहे, परंतु ती आर्थिकदृष्ट्या सर्वात लाभदायक नाही. या रचनेचा मुख्य फायदा म्हणजे उताराच्या भरावावर कमीत कमी परिणाम होतो. म्हणजेच, सध्याच्या उताराला जास्त त्रास न देता विंग भिंती बांधता येतात.

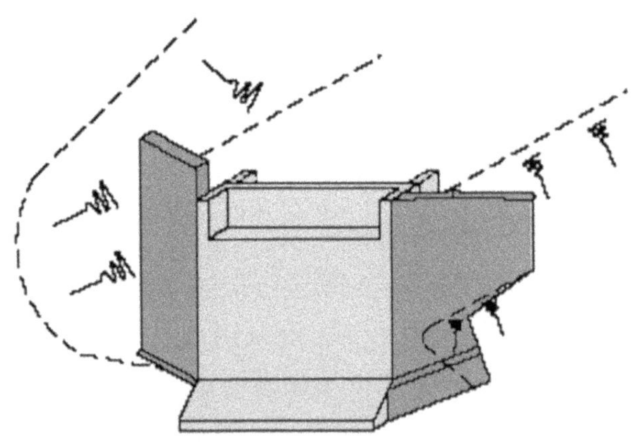

(ii) Abutments ला कोनात असलेल्या विंग भिंती: तीन पर्यायांमध्ये ही सर्वात आर्थिकदृष्ट्या फायदेशीर रचना आहे, विशेषतः

बांधकाम सामग्रीच्या खर्चाच्या दृष्टीने. त्यामुळे हा पर्याय खूपच लोकप्रिय आहे कारण तो कमी खर्चात जास्त स्थिरता देतो.

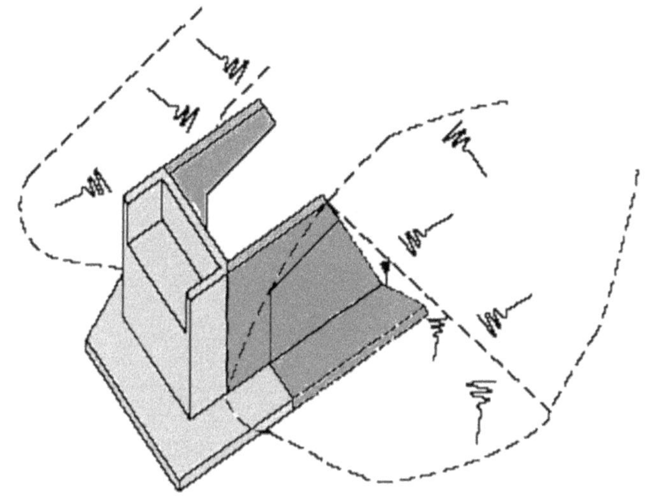

(iii) Abutments ला समांतर विंग भिंती: ही रचना आर्थिकदृष्ट्या सर्वात फायदेशीर नसली तरी विंग भिंती पुलाच्या डेक्ससोबत एक सलग रेषा तयार करतात, ज्यामुळे parapets ला आधार मिळतो. मात्र, या प्रकारात बांधकाम करताना जवळच्या संरचना आणि इतर सुविधा सेवांना त्रास होऊ शकतो. याशिवाय, जर पुल वळणावर असेल, तर विंग भिंती रस्त्याच्या वळणाला अडथळा आणू शकतात.

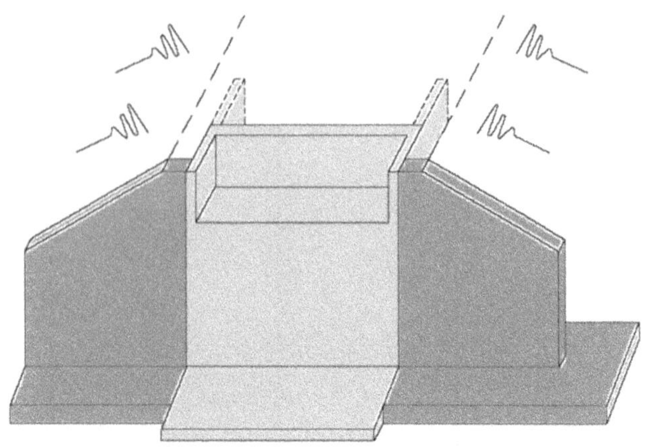

दुसरीकडे, जेव्हा विंग भिंती Abutments सोबत संरचनात्मक दृष्ट्या जोडल्या जातात, तेव्हा बॉक्स रचनेची स्थिरता वापरून एक मजबूत रचना तयार होते, ज्यामुळे संपूर्ण पुलाची स्थिरता वाढते.

सावखेडा येथील तापी नदीवरील मोठ्या पुलाचा रिटर्न्स आम्हाला फुगलेल्या जाणवल्या तसा तो फुल फार जुना सुमारे दहा वर्ष त्याच्या बांधकामाचा कालावधी 447 मीटर लांबी व सुमारे 25 ते 26 मीटर उंची.

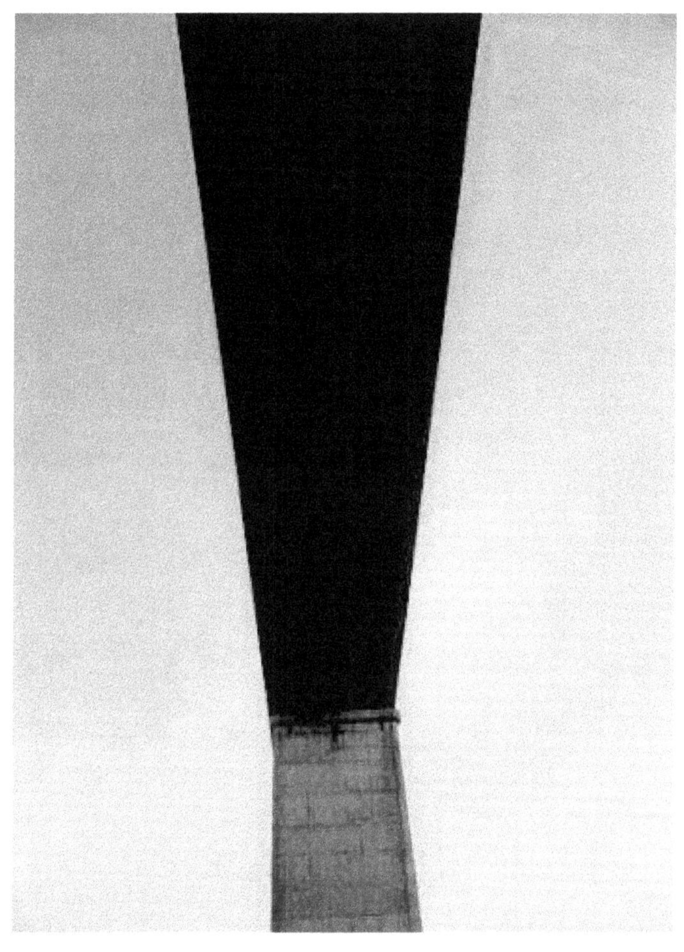

भारत स्वतंत्र होऊन सुमारे दोन ते तीन वर्षे झाली होती तेव्हा त्याचं बांधकाम सुरू झालं होतं आणि 1958 च्या सुमारास पूल बांधून पूर्ण झाला त्याकाळी प्रिस्ट्रेस तंत्रज्ञान वापरलं गेलं हे विशेष पियरची फिनिशिंग आजही अप्रतिम दिसते पण रिटर्न्स कडे फारसे लक्ष दिलं नसल्याचे दिसतय ते आजमीतीस फुगण्याचं कारण म्हणजे व्हीप होल न देणे. मराठीत रडणारी छिद्र असा त्याचा अर्थ होतो माणसाला जसं दुःख अनावर झालं की डोळ्यांना जसा अश्रूंचा पाझर फुटतो तसं भरावाला पाण्याचा दाब अनावर झाला की छिद्र रुपी डोळ्यातून पाण्याच्या धारा

वाहू लागतात. रडल्यानंतर जसं अश्रू रडल्याची चिन्ह सोडतात तसेच याचेही इथेही धार निघाल्यानंतर स्पष्ट दिसतं कधी सफाई केल्यासारखं तर कधी शेवाळान मार्गात आपलं अस्तित्व बनविल्यासारखं. जर कोणतीच चिन्ह दिसत नसेल तर त्याचं काम थांबलं आहे म्हणजेच मृतावस्थेत अगदी माणसाच्या आयुष्यासारख. निसर्गाच्या बऱ्याचश्या गोष्टी ह्या मानवी जीवनाशी तंतोतंत जुळतात, शेवटी आपणही निसर्गाचाच एक भाग आहोत याची ग्वाही देत. शेवटी सगळं मातीतून येत व सगळं मातीतच विलीन होतं. पुलाचा भरावही हा मातीचाच पण तिला विशिष्ट गुणधर्म असावे लागतात आणि हा भराव कुठल्या मातीवर ठेवलाय हे तितकंच महत्त्वाचं.

मला प्रशिक्षणासाठी नोएडा येथील इंडियन इन्स्टिट्यूट ऑफ हायवे इंजिनीअर्स (IAHE) येथे पाठविले होते. लँड स्लाईड व त्यावरील उपाययोजना हा प्रशिक्षणाचा विषय होता. तीन दिवसीय प्रशिक्षणात (सी.आर.आर.आय) Central Road Research Institute चे सेवानिवृत्त मुख्य वैज्ञानिक श्री प्रवीण कुमार सर व मॅकेफेरी या कंपनीच्या वाईस प्रेसिडेंट श्रीमती मिनीमोल कोरूला या मॅडम होत्या, उपाययोजना संबंधीचा विषय त्यांच्याकडे होता.

त्यांनी प्रशिक्षणा दरम्यान निरनिराळ्या उपविषयात विभागणी केली होती व त्या विभाजनानुसारच आमच्यात संघ तयार केले होते. शक्यतो एका राज्यातील लोक एकाच रांगेत बसत असल्याने ते एकाच संघात आले. माझा संघ मात्र विचित्र होता. माझ्या संघात, मी महाराष्ट्र राज्यातून सोबत तमिळनाडूचे एक वयस्कर व उच्च पदस्थ अधिकारी होते व तिसरा एका खाजगी कंपनीतील प्रशिक्षणार्थी तो दिल्लीचा.

विषय वाटले गेले होते, प्रत्येक संघाला चर्चेसाठी अर्धा तास दिला गेला होता. चर्चेदरम्यान आमच्या संघाचे नेतृत्व तुलाच करावं

लागेल असं त्या दोघांनी मला सांगितलं. प्रत्येक संघाचे मुद्दे समोर येऊन स्पष्टीकरणासह सगळ्यांसमोर मांडायचे होते.

गॅबियन व Reinforced Earth wall असे आमचे विषय त्यात Reinforced Earth wall च्या बाबतीत भरावाची एकूण उंची ६ ते ७ मीटर च्या वर नको असं मी माझं मत मांडलं. मात्र या मुद्द्याला कोरुला मॅडमनी कडाडून विरोध केला. त्यांनी ह्या बाबतीत कोर्ट केस जिंकल्याचे देखील नमूद केलं. मी मॅडमला माझं स्पष्टीकरण ऐकून घेण्याची विनंती केली व एक खडू मागितला. अभियांत्रिकी स्पष्टीकरण कधी आकृती व गणिताशिवाय पूर्ण होत नाही, मी या मताचा. मी उदाहरण म्हणून नाशिक मधील माती प्रकाराबद्दल सांगायला सुरुवात केली. लासलगाव निफाड दिंडोरी या घाटमाथ्यावरील भागात कापसाची काळी मृदा सापडते. तिच्यावर शक्यतो सरसकट भराव करत नाही. कमीत कमी मुरूम लागेपर्यंत सदर माती खणून बाहेर फेकली जाते, यावरून भराव करत असलेल्या मातीची सेफ बेरिंग कॅपॅसिटी 20 ते 25 T/Sq.m च्या घरात राहते. भरावाची घनता २ T/Cu.m इतकी धरली. ६ मीटर उंचीच्या भरावाचा खालील मातीवर जाणारा दाब ६ x २ = १२ T/Sq.m इतका त्याला फॅक्टर ऑफ सेफ्टी दोन गुणलं की १२ x २ = २४ T/Sq.m इतकी एसबीसी (S.B.C.) असायला हवी जी की क्षेत्रीय अधिकाऱ्यांना थोडंफार खोदकाम करून सहज उपलब्ध होते म्हणून उंचीची अट टाकली असावी असं गणिती स्पष्टीकरण दिलं मॅडम थोडा वेळ शांत झाल्या पण त्यांचं स्वतःचं काहीही स्पष्टीकरण न देता त्यांना उंचीची अट मान्य नसल्याचं त्यांनी सांगितलं. प्रशिक्षण संपल्यावर मॅडम वर्गाबाहेर निघून गेल्यावर मात्र सर्वांनी माझी प्रशंसा केली व स्पष्टीकरण व अट बरोबर असल्याचं सांगितलं त्यात जोजीला बोगद्याचे डायरेक्टर,

भारतीय अभियांत्रिकी सेवा (IES) परीक्षा देऊन एन.एच.ए.आय. ला प्रकल्प अधिकारी असलेले दोन अभियंते व माझ्या संघात असलेले तमिळनाडूचे वरीष्ठ अधिकारी यांचा समावेश होता. एक मात्र नक्की उंच भराव खचण्याचं व Reinforced Earth wall (आर.ई. वॉल) फुगून तुटण्याचं हे त्यापैकी एक महत्त्वाचं कारण.

भरावा संबंधी बरच काही शिकण्याचा अनुभव मिळाला तो वाघाड धरणाच्या बुडीत पुलाच्या प्रकरणात. पूल कोळवण नदीवर. नदीचं पात्र अवघं ३० मी रुंद पण दर पावसाळ्यानंतर धरणाचं पाणी ओसरलं की जो वारंवार रस्ता तयार केला जाई त्याचा परीणाम असा की पुलाच्या जागी पात्र फार पसरलेल. त्यात Capillary Action व रस्त्याचा बुडीत भराव या दोघांचा विचार करता Granular Subbase पाण्याच्या महत्तम पातळीच्या वर कमीत कमी १ मी. इतकं ठेवण गरजेचं त्यात subgrade CBR जर ८ पेक्षा कमी आला तर ५००-६०० मी. मी. इतका लागू शकणार बाहेरून आणलेली माती जिचा CBR अंदाजे २०-२५ च्या घरात. त्यानुसार त्या थराची जाडी. GSB वर ग्रेडिंग-१, ग्रेडिंग -२, MPM, किंमत पुरली तर BM त्यावर कार्पेट सिलकोट. इथं पुलाची RTL भरावानं ठरवली.

मोठा प्रश्न होता तो भराव टिकविण्याचा. पाण्याच्या महत्तम पातळीचा फुगवटा काटछेदाच्या लांबीत ६१९ मी. इतका होता. पूल व त्याच्या रिटर्न्सची एकूण लांबी ७४ मी. उर्वरीत लांबीतील भराव संरक्षक भिंतींनी सुरक्षीत करावा असा मानस, त्याही टप्याटप्यानं उंची कमी. पण उपलब्ध तरतुदीत जर RTL उंचीपर्यंत जर का त्या भिंती घेतल्या तर १९८ मी. लांबी भरावाविना सुटत होत्या. सुरवातीला ज्या ठिकाणीं पाणी पातळी ज्या कडांना १-१.५ मी. आहे त्या ठिकाणी फक्त दगडांची

पिचींग करायचं ठरलं. उरलेली लांबी कशी अंदाजपत्रकात किंमत न वाढवता समाविष्ट करावी हा मोठा प्रश्न होता, अंदाज पत्रक तपासतांना सुमारे ३६ लक्ष रुपये कमी करावे लागणार ह्याची त्यात अधिक वाढ, दुष्काळात तेरावा महिना कसा तो असा.

आमदारांसाठी हा महत्त्वाकांक्षी प्रकल्प असल्यानं त्यांचा खास पाठपुरवठा. मग काय तज्ञ लोकं कुठल्या पदावर आहेत त्याचा विचार न करता सहा. मुख्य अभियंता यांनी पुढाकार घेऊन सचिव श्री. रामगुडे साहेब यांना फोन लावला, त्यांनी बुडीत भरावाचं संकल्पन करा सांगितल पण कागदावर जरी हे बदल सोपे वाटत असले पण प्रत्यक्षात काम करतांना मातीचे गुणधर्म नित्यपणे तपासल्याशिवाय असं काम पूर्ण करणं फार कठीण, त्यासाठी १ शासकिय अधिकारी पूर्ण वेळ उपस्थित राहून तपासण्या करत राहावं लागणार होत, त्यानं दुसरा उपाय शोधणं महत्त्वाचं झालं. " महत्तम पाणी पातळीच्या वर भिंतीची गरज काय? " असा प्रश्न करताच भिंतीच्या उंच्या ३ मी. ने कमी झाल्या तरी अजून अदांजपत्रक काही निर्धारित किमतीत बसेना. मग दुसऱ्या दिवशी हिच समस्या घेऊन महाराष्ट्र अभियांत्रिकी प्रशिक्षण प्रबोधिनी चे सहाय्यक संचालक श्री. बाविस्कर यांच्याकडे. दगडी पीचिंग करत असाल तर काही वर्षातून एकदा दोनदा येणाऱ्या (MWL) महत्तम पाणी पातळीपर्यंत उंची न उचलता (FSL) full supply level पर्यंत घ्यायला हरकत नाही जेणेकरून पूर्ण लांबी अंदाजपत्रकात अंतर्भूत करता येईल. त्यांच्या ह्या सल्ल्यानं मात्र प्रश्न सुटले.

प्रश्न

काही महिन्यापूर्वीच भारताने चीनला लोकसंख्येच्या बाबतीत मागे सोडलय. लोकसंख्येबरोबरच मागील काही दशकात भारताच्या अर्थव्यवस्थेनही भरारी घेतली आहे. त्याचाच परिणाम की भारत आज जगात चौथ्या क्रमांकाची अर्थव्यवस्था आहे लोकांचं राहणीमान सुधारलं आहे चार चाकी वाहन हा आपल्या समाजात राहणीमानाचा दर्जा ठरविण्याचा निर्देशांक मानला जातो त्यामुळे गाड्यांची संख्या ही अफाट वाढली आहे.

त्यामुळे पूर्वी बांधलेल्या पुलाचं रुंदीकरण करणं गरजेचं वाटतं असाच एक प्रस्ताव संकल्पचित्र विभाग नाशिक या कार्यालयात प्राप्त झाला होता तेवढ्यात माझी तेथे नियुक्ती झाली नव्हती पण नियुक्ती झाल्यानंतर त्याच सटाणा तालुक्यातील शेमळी नदीवरील पुलाच्या रुंदीकरणाच्या कामास भेट देण्याचा प्रसंग आला अंत्यपाद व मध्यपादांना त्यांच्या पायासह जॅकेटिंग करून प्रवाहाच्या दिशेने त्यांची लांबी वाढवली होती. जॅकेटिंग करताना त्यात डॉवेल टाकल्याचं सांगितलं मी ते डॉवेल स्टॅगर्ड (वर-खाली) टाकले ना असं विचारलं असता थोडा वेळ विचार करून मग समोरच्यांनी "हो मग" असं उत्तर दिलं. उत्तर देण्यासाठी लागलेल्या वेळानं माझ्या मनात शंका निर्माण केली पण आता बोलून काही उपयोग नव्हता.

शेमळी नदी कोरडी खट पडली होती. पाण्याचा एकही थेंब दिसत नव्हता. अशा परिस्थितीत पुलाचं काम सोपं होतं. नदीपात्रात बारीक आकाराचे दगड गोटे व थोड्या प्रमाणात वाळू दिसत होती, आजूबाजूला शेती दिसत होती. पुलाच्या स्लॅबला दोन्ही बाजूंनी तोडण्याचं काम चालू होतं. सहाजिकच नवीन रुंदीकरणासाठी स्टील ला

डेव्हलपमेंट लांबी एवढी लॅप लांबी मिळावी म्हणून. मला मात्र पुलाचे हाल पाहावले जात नव्हते. रुंदीकरणाच्या नावाने त्या कडा तोडणं व जुन्या काँक्रीट ला जोडून नवीन कॉंक्रिटीकरण करणे हे मात्र अपेक्षित एवढ्या दर्जाचं काम ठरणार नव्हतं.

त्यातच जुन्या स्लॅब च 25 ते 30 वर्षे आयुष्य लोटलं होतं तो किती जोमाने नवीन स्लॅबशी खांद्याला खांदा देणार हाही प्रश्न होता यावर मी तिथं एक प्रश्न उपस्थित केला दोघांची स्टीफनेच वेगळी असली तर थोड्या समस्या निर्माण होतील.

माझ्यासारख्या वारंवार प्रश्न पडणाऱ्या माणसाला क्षेत्रीय स्थळीने हे कधीकधी आपल्याच अंगाशी येऊ शकतं असं क्षेत्रीय अधिकाऱ्यांना नक्कीच वाटलं असावं. खरं सांगायला गेलं तर आमच्या कार्यकारी अभियंत्यांना दाखवायला घेऊन ते आले होते त्यांनी मला सोबत यायला सांगितल्याने मी तिथे गेलो होतो. माझ्या मनात निर्माण झालेल्या समस्यांचं निराकरण म्हणून मी त्यांना आणखी एक प्रश्न विचारला दोन्ही बाजूला रुंदीकरण करण्यापेक्षा एकाच बाजूनं नवीन पूल बांधला असता तर? याचं मात्र मला लगेच उत्तर मिळालं शेतकरी जागा देत नाही. अर्ध अर्ध दोघांचं घ्या तरच रुंदीकरण करू देऊ नाहीतर करू देणार नाही असं शेतकऱ्यांच्या म्हणण्यामुळे सदर संरचना अमलात आणली गेली होती. सदर पूल गर्डर अधिक स्लॅब या प्रकारचा असल्याने ते करता आलं पण फक्त स्लॅब असलेल्या पुलाला मात्र असा प्रकार करू नये, नाहीतर पूर्ण स्लॅब कोसळण्याची भीती राहील. अशी मी माझ्या मनाशी समजूत घालून गप्प राहिलो.

माझी प्रश्न विचारण्याची वृत्ती एखाद्याला किती त्रासदायक ठरू शकते याचा अनुभव आला तो आयआयटी पवई येथे. कोरोना काळातील अटी थोड्याफार शिथिल झाल्या होत्या. आम्ही तयार केलेले

बऱ्याच पूलांचे प्रस्ताव मंजुरीसाठी घेऊन जाणं बाकी होतं. अधीक्षक अभियंता संकल्पचित्र मंडळ कोकण भवन नवी मुंबई यांना विचारणा केली असता आयआयटी पवई ला या असं सांगण्यात आलं. आम्ही आयआयटीला पोहोचलो गेटवर पोचून तेथील प्रोफेसर यांचा फोन आल्यावर आम्हाला आत सोडण्यात आलं व आम्ही सांगितलेल्या ठिकाणी पोहोचलो. वि.जे.टी.आय. या अभियांत्रिकी महाविद्यालय विद्यालयात पदवीचे शिक्षण घेत असताना शेवटच्या वर्षात घेतलेल्या प्रोजेक्टच्या भूकंपरोधी इमारतीच्या मॉडेल तपासणीसाठी आमचं बऱ्याचदा आयआयटी पवईला जाणं-येणं होई. त्यामुळे तिथला सिविल डिपार्टमेंटचा भाग बऱ्यापैकी परिचित होता.

मी व कार्यकारी अभियंता आम्हाला बोलाविलेल्या ठिकाणी पोहोचलो कॉन्फरन्स हॉलमध्ये हळूच डोकावून पाहिलं तसं आत या असं अधीक्षक अभियंता यांनी सांगितलं. आत शिरलो, बरेचसे अनोळखी चेहरे दिसत होते. त्यात एक तरुण पोरगा होता तो तेथीलच विद्यार्थी असावा एक वारंवार इंग्रजीत प्रश्न विचारणारे 45 ते 50 वर्षा दरम्यानचे व्यक्ती ते बहुतेक आयआयटी प्रोफेसर असावेत त्यांनी ४K कॅमेरा क्वालिटीचा उल्लेखही केला होता व एक जण सादरीकरण करत

होता तो बहुतेक कन्सल्टंट असावा. ते तिघेही वॉल टाइप पियर च्या आकाराच्या टेबलाच्या एका बाजूला होते. उर्वरित आम्ही टेबलाच्या दुसऱ्या बाजूला. त्यांनी विचारलेल्या प्रश्नांवरून हे सगळेच पीडब्ल्यूडीचेच असावेत अशी माझी समजूत झाली, कारण प्रश्न फक्त किंमत, अंदाजपत्रक व निविदेसंबंधीचेच होते. सादरीकरण झालं आम्हाला ३D चष्मे पाहण्यासाठी दिले गेले त्यानं पुलाचा एकूण एक भाग तिथे प्रत्यक्ष जाऊन पाहिल्यासारखा वाटत होता पूल हा लोखंडी ट्रस प्रकारचा पूल होता त्याचा एकूण एक साधा दिसत होता किंबहुना त्याचे एकूण एक नटबोल्टही दिसत होते.

थिएटर मधील ३D चित्रपट सोडता असं काही पाहण्याचा योग पहिल्यांदा आला होता त्याने ते सारं ड्रोनच्या सहाय्याने तयार केलं होतं सगळ्यांनी फार प्रशंसाही केली होती. पुढे त्याच पुलाचं ऑटोकॅड वरील ३D ड्रॉईंग दाखवण्यात आलं तेही सांधे नटबोल्ट सह एखाद्या प्रस्तावाचं फारच उत्तम सादरीकरण मी पहिल्यांदा पाहिलं होतं मला मात्र २D ड्रॉइंग पाहण्याची सवय म्हणून मी त्यांना २D साईड एलिवेशन दाखवायला सांगितलं त्यांच्यासाठी ते फार सोपं लगेच त्यांनी दाखवलं.

ती ड्रॉइंग पाहतात माझ्या डोक्यात आलेला प्रश्न लगेच तोंडावर आला त्या ट्रसच्या मध्यभागी किती वाक (deflection) आला आहे? मी विचारलं, कारण ड्रॉइंग मध्ये अचूक सरळ रेषा दिसत होती. खरं सांगायचं झालं तर वाक मोजताच तो शून्य आला. यापुढे पुलाचा इतिहास महत्त्वाचा होता कारण माझा त्या पुढचा प्रश्न त्या पुलाच्या इतिहासामुळेच मी विचारला होता.

तसा मलाही त्या पुलाचा पूर्ण इतिहास माहीत नव्हता पण जितका माहीत होता त्यामुळे पडलेला तो प्रश्न. विषयांकित पूल हा कल्याण येथील खाडीवरचा. माझ्या वडिलांना बेस्ट मध्ये कंडक्टर

म्हणून नोकरी लागल्यानंतर मी दीड वर्षाचा असताना आमचं कुटुंब नाशिक जिल्ह्यातील तोरंगण (ह) या गावाहून कल्याण येथे राहू लागलं. माझं पहिली ते बारावी शिक्षण कल्याणला झाल्यान व तेथील मी एक रहिवासी असल्यान दुर्गाडी किल्ला व तेथील पुलाबाबत माहीत होतं. किंबहुना सुरुवातीची काही वर्षे कल्याण वरुन गाडी नाशिकला जाता येता याच पुलाचा वापर होई. मी सातवीत असताना पुलाला शंभर वर्षे पूर्ण झाली आहेत असं इंग्रजांनी भारताला पत्रानं कळवलं आहे अशी बातमी कल्याणभर पसरली होती. माझ्यावर माझ्याही कानावर पसरता पसरता आली होती. त्या पुलावरून वाहन मात्र आता जात नाहीत. लोक मात्र त्यावरून फिरताना दिसतात. कधीकधी काही दीडशहाने आणि दुचाकीस्वार दिसतात त्याच पुलाच्या मजबुती करण्याचा प्रस्ताव आमच्या पुढे सादर केला जात होता.

मी सातवी इयत्तेत 2002 2003 साली होतो प्रस्ताव 2021 मध्ये सादर करण्यात येत होता म्हणजेच अंदाजे पुलाचे वय 118 वर्षे इतका असावं इतक्या जुन्या पुलाला ट्रस्टच्या मध्यस्थानी डिफ्लेक्शन शून्य दिसत होतं म्हणजेच त्याची स्टीफनेस मजबुती जशीच्या तशी आहे असं त्या ड्रॉइंग वरून दिसत होतं आणि त्या ड्रॉइंग च्या आधारावर शासनाकडे मजबुती करण्याचा प्रस्ताव पाठवणं म्हणजे चुकीचं झालं असतं यावरूनच माझा दुसरा प्रश्न विचारला गेला 118 वर्षानंतरही पुलाच्या मजबुतीत फरक पडला नाही असं त्या ड्रॉइंग वरून दिसतंय मग त्या पुलाला मजबुती करण्याची गरज काय?

माझ्या दोन्ही प्रश्नांनी सभागृहातील उपस्थित लोकांनी सादरकर्त्यांवर माझ्या प्रश्नांची उत्तर द्यायला जोर टाकला त्याने केलेले सारे कष्ट क्षणार्धात पाण्यात गेल्यासारखे वाटलं आयआयटीच्या प्रोफेसरणी सुद्धा मी फार महत्त्वाचे प्रश्न विचारले आहेत असं सांगून त्याला डिफ्लेक्शन काढण्याबाबत सांगितलं त्यानंतर आपल्याला योग्य ते निर्णय घेता येतील असं सांगितलं नंतर कॅन्टीन मध्ये जेवण करताना

सादरकर्त्यांनी सदर कामासाठी बराच खर्च झाल्याचं सांगितलं मी त्यांना ऑटोकॅड वर ऑर्थो पर्याय असल्याचं सांगितलं ते बंद करून ड्रॉइंग्स तयार करा ड्रोन द्वारे जर सगळं नीट टिपलं गेलं असेल तर ती ट्रस्ट तुम्हाला मध्यभागी वाकलेली नक्कीच दिसेल असं सांगून दिलासा दिला.

फक्त मलाच प्रश्न पडतात असं नाही बऱ्याच लोकप्रतिनिधी मार्फत एखाद दुसऱ्या ठिकाणी पूल नसले बाबत विधिमंडळात प्रश्न विचारणा होते कधी कधी वृत्तपत्रातल्या एखाद्या बातमीवरून कोर्ट स्वतः सुमोटो सज्ञान घेऊन मानवी हक्क आयोगाखाली प्रकरण हाती घेत. यामुळे बऱ्याचदा अनपेक्षित ठिकाणी लक्ष वेधलं जाऊन त्या ठिकाणी पूल बांधणे बाबत सरकार मार्फतच वरिष्ठ पातळीवरून आवश्यक ती कार्यवाही करण्यात येते.

पेठ तालुक्यातील काहांडोळपाडा पुलाच्या बाबतीतही अशीच घटना घडली होती. शाळकरी पोरांना भांड्यात बसवून त्यांचे पालक त्यांना दमण नदी पार करून देत असल्याचे व्हिडिओ टीव्हीवर व सोशल मीडियावर वायरल झाल्याने राज्यातूनच नव्हे तर इतर राज्यातूनही लोकप्रतिनिधींमार्फत प्रश्न उठविण्यात आले होते, हे प्रकरण आपले सरकार तक्रार पोर्टल व youtube वर चांगलंच गाजलं होतं, त्याचाच परिपाक म्हणून सरकारतर्फे तातडीनं पूल मंजूर झाला. गमतीचा भाग म्हणजे पुलाच्या जागेची पाहणी करताना नदी ओलांडण्यासाठी गावकऱ्यांनी अधिकाऱ्यांना भांड्यात बसवून नदी पार करून देण्याबाबत विचारणा केली होती. साहजिकच फक्त कमरे एवढं पाणी असल्याने सर्व अधिकाऱ्यांनी नकार दिला. पात्रात फार मोठमोठे दगड गोटे होते. नदीत चालणं फार कठीण होतं म्हणून गावकऱ्यांनी त्यांना सोपं वाटेल अशी नदी ओलांडण्यासाठी जागा दाखवून दिली. त्यांच्या हातांना हात धरून मानवी साखळी तयार करून स्थानिक व आलेले अधिकारी नदीपार करू लागले. मी व पेठ उपविभागाचे

उपअभियंता श्री. पी. आर. सोनवणे नदीच्या वरील बाजूस चालत गेलो होतो, बरेच वर जाऊनही योग्य जागा काही सापडली नाही म्हणून त्या मानवी साखळीने जो रस्ता अवलंबला होता त्याच रस्त्याने आम्हीसुद्धा नदी ओलांडण्याच ठरवलं. माझ्या लहानपणीच्या उन्हाळ्याच्या सुट्या अशाच नद्यांमध्ये गेल्या असल्यानं सरावलेला मी कधी टूनटुन उड्या मारत त्यांच्यापुढे निघून गेलो ते कोणाला कळालंही नाही. गावकऱ्यांनी माझ्या सहकाऱ्यांना माझ्याबद्दल विचारलं त्यांनी स्थानिकांना साहेबांच्या मामाचं गाव घोटविहीरा आहे एवढ सांगताच तुमच्या साहेबाला हाताला धरून नेण्याची गरज नाही तो आमच्यासारखाच सरावलेला रानटी दिसतो असं त्यांनी सांगितलं पण आमच्या गावठी भाषेत.

दगड धोंडे

माझ्यासोबत आलेले पेठचे उप अभियंता श्री पांडुरंग सोनवणे साहेब मात्र माझ्यासोबत नदीच्या वरच्या भागात आल्यानं त्यांना त्या इतरांसोबत येता आलं नव्हतं. ती मानवी साखळी नदीपात्राच्या मध्यापर्यंत पोहोचली होती. मी नदी पार केली होती व ते एकटेच मागे राहिले होते आणि सोबत कुणीही नव्हतं. नदीत वरच्या बाजूला रस्ता शोधत असताना त्यांनी मला त्यांना पोहता येत असल्याची कल्पना दिलेली होती व मला नाशिक येथील गोल क्लब समोरील तरण तलावात पोहण्याचे प्रशिक्षण घेण्याचा सल्लाही त्यांनी दिला होता, मी तुम्हाला शिकायला मदत करेन असं आश्वासन त्यांनीच मला दिल्यानं त्यांना पोहता येत असल्याबाबत शंका नसल्यानं त्यांची चिंता करायची गरज नव्हती. मोठमोठ्या दगडगोट्यांमुळे ते नदीपात्रात पडले शर्ट व पॅन्ट दोन्हीही ओलेचिंब. मी ते पाहिलं पण इतरांना मात्र दिसलं नाही त्यामुळे मला फुटलेल हसू मी कसं बस आवरलं.

पुलाच्या स्थळाची पाहणी करताना नदीपात्रात फारच सांभाळून चालावं लागतं, विशेषतः ज्या नदीपात्रात फार मोठे दगड गोटे आढळतात किंवा खडक पूर्णपणे मोकळा झालेला असतो अशा नद्यांमध्ये कारण नदीपात्रात धडपडण्याची शक्यता फारच असते. शक्यतो डोंगराळ भागातून वाहणाऱ्या नद्यांमध्ये या प्रकारचे पात्र बहुतांश आढळतात.

पळसन पायरपाडा येथील नार नदीच्या पुलाच्या स्थळी पाहणी दरम्यान पाण्यात पडल्याचं कांडोळपाड्याच काही एकच उदाहरण नाही, हाच प्रकार सुरगाणा येथील नार नदीवरील सर्वेक्षणादरम्यानही घडलेला होता.लेवल घेण्यासाठी सर्वे चालू होता, पूल उंचसखल भागात असल्याने वेळोवेळी चेंज पॉईंट घ्यावे लागत. आम्ही पाच जण

आळोपाळीने रीडिंग घेत असू. माझ्यासोबत प्रवीण बेंडकुळे, स्नेहल पगार, रोहिणी वसावे व शुभांगी पवार हे माझे सहप्रशिक्षणार्थी होते आम्ही दूपारपर्यंत नदीच्या डाव्या काठावरील रीडिंग घेण्याचं काम संपवलं होतं सगळ्यांनी डबे आणले होते. तसं पाहायला गेलं तर पेठ सुरगाणा त्र्यंबक व दिंडोरी चा काही भागात नदीकाठ व नदीपात्र इतकं स्वच्छ असतं की तिथं काठावर बसून जेवायला फार छान वाटतं आणि पाणीही नितळ गार, पण शहरी भागात व इतर गावाकडील भागात देखील नदीकाठी व नदीपात्रात चालताना पाय सुद्धा पाहून पाहून टाकावा लागतो इतकी दयनीय परिस्थिती आढळून येते डबे खाणं तर सोडाच.

आम्ही डबे सोडले गावकऱ्यांनी आमच्यासाठी भुजा पिठल्याचा प्रकार व वाळकं दिली होती.माझ्या नेहमीच्या खाण्यातली जरी नसली तरी या खाद्यपदार्थाचा आस्वाद मी बऱ्याचदा घेतलेला होता. ह्या गोष्टी माझ्या परिचयाच्या आहेत किंबहुना मी हे खाद्यपदार्थ बऱ्याचदा खाल्ले असावेत हे इतरांना मात्र अपेक्षीत नव्हतं. माझ्यासोबत च्या सर्व प्रशिक्षणार्थींना ते पदार्थ फार आवडले सगळ्यांनी चवीची ही फार प्रशंसा केली.

दुपारची वेळ झाली होती, शाळकरी पोर नदी ओलांडताना दिसली. बऱ्याच पोरांच्या छातीपर्यंत पाणी लागत होतं. काहींनी त्यांच्या लहान भावंडांना खांद्यावर उचलून घेतलं होतं त्या पोरांची फार कीव वाटत होती. समोरचा दृश्य डोळ्यापुढे पाहून ह्या पूलाचे सर्वेक्षण आराखडा व अंदाजपत्रक तयार करायचच व पूल मंजुरीसाठी आपल्या कार्यालयाला प्रयत्न करायला लावायचे असं आम्ही सर्वांनी मिळून ठरवलं.

नदीतल्या रीडिंग घेताना गावकरी पाण्यात उतरले होते परंतु आता नदीच्या उजव्या काठावर उर्वरीत कामासाठी जायचं होतं. मी

पायात साधी चप्पल घातली होती, उरलेल्या चौघांनी बूट. मी लगेचच शाळकरी पोरांनी नदी पार केलेल्या दिशेने नदी पार करायला लागलो बऱ्यापैकी पुढे गेल्यावर त्यांनीही मनाची कशीबशी समजूत घालून बुटांसह नदीत पाय घातले नदीत कुठे कुठे दगड गोटे होते पाय पडतात घरंगळत कुठे कुठे शेवाळलेला खडक त्यावरून पाय सटके, वाळूत मात्र चालायला त्रास नव्हता.

मी मात्र आरामात उजव्या काठावर पोचलो. ते चौघेही मात्र साप शिडी सारखं कुठल्या ना कुठल्या पडावावर एकदा तरी नदीपात्रात पडले. कमरे एवढं पाणी असल्याने कुणाला लागलं नाही ते बरं पण माझ्याशिवाय सर्व प्रशिक्षणार्थी भर उन्हात ओले चिंब होते. दगड धोंड्यामुळं धडपडलेली पाऊलं, इतरांसाठी भविष्यात स्थिर स्थावर प्रवासासाठी खंबीर पाऊलं टाकण्यासाठी पाया रचत असल्याच्या आनंदानं त्या ओल्या चिंब कपड्यावर समाधानाची ऊब घातली होती. पळसन-पायरपाडा येथील पार नदीवरील पुलाचा सर्वे आजही आम्हा पाचही जणांना एकत्र आल्यावर एक आठवणीतला प्रसंग म्हणून जुन्या आठवणी जागा करुन जातो.

दगडधोंड्याशी माझी चांगलीच ओळख झाली पहिल्यांदा ती म्हणजे कॉलेजात, तीही नापास होण्याच्या भीतीनं. सिव्हिल इंजिनीरिंगला भूशास्त्राचा (Geology) विषय येण्याआधीच तो विषय शिकवणाऱ्या मॅडम च्या मी आपसूकच वाकड्यात घुसलो, Fluid Mechanics च्या Assignment तपासण्याचं व तोंडी परीक्षा घेण्याचं काम आमच्या Fluid Mechanics हा विषय शिकविणाऱ्या मॅडम च्या केबिन मध्ये चालू होतं, तिच्यासोबत अजून तिचे तीन सहकारी शिक्षक होते. प्रत्येकाला त्याच्या नंबराने एकटच आत जाऊन तोंडी परीक्षा व सबमिशन द्यायचं होतं. माझा नंबर आला, माझे मित्र त्यांच्या नंबरची

बाहेर वाट पाहत उभे होते. मला शक्य झाली तेवढी गणितं मी स्वतःहून सोडविली होती, नाही जमलं तर विचारायचं समजून घ्यायचं पण कुणाचं कॉपी नाही करायचं असं ठरविल्यानं काही गणितं बाकी होती. मॅडमने तपासताच तिच्या लक्षातही आलं. तिने विचारलं

" आपका तो सबमिशन अधुरा हे "

मी मॅडमला माझं कॉपी न करण्याचं धोरण समजविण्याचा प्रयत्न करत सांगितलं

" मॅडम, जितना किया हे, खुद्द से किया हे, जो नही आया वह छूट गया हे. आप चाहे तो मार्क्स काट सकते हो."

माझं बोलणं उध्दट वाटून बाजूला बसलेल्या मॅडम म्हणाल्या

" मॅडम फाड दो उसकी फाईल, फाड दो!"

आपल्या प्रामाणिकपणाच्या चिंध्या उडतांना पाहून माझीही थोडी सटकली.

" आप चूप बेठो ना, आपका क्या लेना धेना हे? " असं मी मोठ्या आवाजात त्या मॅडमला म्हणालो.

ती माझी तोंडी परीक्षा होईपर्यंत काहीही बोलली नाही. मी मॅडमच्या केबिन बाहेर आलो, येताच माझ्या एका मित्रानं त्याच्या शैलीत विचारलं,

" योग्या कुणापुढं हगलास, तुला कळतं का कुठं बोलायचं अन कुठे नाय? "

"अरे ती बाजूला बसलेली मॅडम होती तिला, आपल्या मॅडमला म्हणे, फाड दो उसकी फाईल, फाड दो" मी सांगितलं.

" योग्या तू पुढच्या सेमीस्टरला Geology पक्का फेल, ती आपल्याला Geology शिकवायला येणार आहे."

हे ऐकताच माझ्या तळपायाखालून जमीन सटकल्यासारखं झालं, पण बाण तर सुटलेला होता आणि जे होणार होतं त्याला तोंड देणं तर होतंच. काही झालं तरी नापास नाही व्हायचं असं मनाशीच ठरवून मी भूशास्त्राचा मनापासून अभ्यास केला. त्यातच ह्या दगडधोंड्यांशी ओळख झाली. प्रयोगशाळेतील प्रत्येक खडकाचे फोटो मी मोबाईल मध्ये टिपून ठेवले होते, पास झाल्यानंतर जी मोकळीक मिळाली त्यानं ती ओळख हळूहळू मोडली पण नद्या, त्यावरची पूलं आणि त्यांच्या भेटी पुन्हा त्या ओळख घडविण्याचं काम करताय तेही कोणत्याही भीतीनं नव्हे तर आवडीनं, एक छंद म्हणून.

www.ingramcontent.com/pod-product-compliance
Lightning Source LLC
LaVergne TN
LVHW021155160826
845679LV00024B/2127
9798895885932